മൊറാഴയുടെ കഥ

morazhayude kadha

•

p v k kadamberi

•

first edition
may 2013

•

typesetting
megha

•

published
chintha publishers, thiruvananthapuram

•

printed
repro india ltd, mumbai

•

cover & illustration
sivan

•

price
rupees one hundred and twenty only

വിതരണം

ദേശാഭിമാനി ബുക്ക് ഹൗസ്

H O തിരുവനന്തപുരം-695 035
www.chinthapublishers.com
chinthapublishers@gmail.com

ബ്രാഞ്ചുകൾ

ഹെഡ്ഓഫീസ് ബ്രാഞ്ച് കുന്നുകുഴി • ഓവർബ്രിഡ്ജ് തിരുവനന്തപുരം • കെ
എസ് ആർ ടി സി ബസ് സ്റ്റേഷൻ ആലപ്പുഴ • കെ എസ് ആർ ടി സി ബസ്
സ്റ്റേഷൻ എറണാകുളം • മച്ചിങ്ങൽ ലെയ്ൻ തൃശൂർ • ഐ ജി റോഡ് കോഴി
ക്കോട് • കെ എസ് ആർ ടി സി ബസ് സ്റ്റേഷൻ കോഴിക്കോട് • എൻ ജി ഒ
യൂണിയൻ ബിൽഡിങ്ങ് കണ്ണൂർ • സെൻട്രൽ ബസ് ടെർമിനൽ കോംപ്ലക്സ്
താവക്കര കണ്ണൂർ

CO - 1907 / 3212

മൊറാഴയുടെ കഥ
(ബാലസാഹിത്യം)

പി വി കെ കടമ്പേരി

ചിന്ത പബ്ലിഷേഴ്സ്
തിരുവനന്തപുരം-695 035
വില : ₹120

പി വി കെ കടമ്പേരി

1935 ൽ കണ്ണൂർ ജില്ലയിലെ കടമ്പേരിയിൽ ജനിച്ചു. അച്ഛൻ: എം കെ അനന്തൻ, അമ്മ: പി വി മാധവിയമ്മ. അധ്യാപകനായി പൊതുജീവിതം. ആരംഭം മുതൽ ബാല സംഘത്തിന്റെ സംസ്ഥാന നേതാവായി പ്രവർത്തിക്കുന്നു. ഇപ്പോൾ ശിശുക്ഷേമസമിതി സ്റ്റാന്റിങ് കമ്മിറ്റി മെമ്പർ.

കൃതി : *വഴിവിളക്കുകൾ* (ലേഖനസമാഹാരം)

ഭാര്യ	: പി വി കാർത്ത്യായനി
മക്കൾ	: ജയദേവൻ, രേണുക, രാജശ്രീ, രാജേഷ്
വിലാസം	: കാനൂൽ പി ഒ
	കണ്ണൂർ ജില്ല – 670 309
മൊബൈൽ	: 9895405455

ഉള്ളടക്കം

സമർപ്പണം

ലോകത്തെമ്പാടുമുള്ള കുട്ടികൾക്ക്....

അവതാരിക

പിണറായി വിജയൻ

പി വി കെ കടമ്പേരിയുടെ *മൊറാഴയുടെ കഥ* എന്ന ഈ ബാലസാഹിത്യകൃതി ബാലസാഹിത്യ ശാഖയിൽത്തന്നെ പുതു മയുള്ള ഒരു കാൽവയ്പാണെന്ന് ഞാൻ കരുതുന്നു. ബാലസാ ഹിത്യമേഖലയ്ക്ക് ഇതുവരെ ഏതാണ്ട് അപരിചിതമായ ഒരു മേഖലയിലേക്ക് കടക്കുകയാണ് ഈ കൃതിയിലൂടെ കടമ്പേരി. നമുക്ക് ധാരാളം ബാലസാഹിത്യകൃതികളുണ്ട്. ഒന്നുകിൽ ദൈവ ങ്ങളെക്കുറിച്ച്, അതല്ലെങ്കിൽ രാജാക്കന്മാരെക്കുറിച്ച്, അതുമല്ലെ ങ്കിൽ പുതിയ കുട്ടികളെക്കുറിച്ച് ഒക്കെയാണ് ബാലസാഹിത്യ കാരന്മാർ എഴുതിയിട്ടുള്ളത്. എന്നാൽ, അതിൽനിന്നൊക്കെ വ്യത്യസ്തമായി കടമ്പേരി പുതിയൊരു മേഖലയിലേക്ക് കടക്കു ന്നു. ആധുനിക കേരള ചരിത്രത്തിലെ ചോര പൊടിയുന്ന ഒരു ഏടിലേക്ക്; തീപാറുന്ന പോരാട്ടത്തിന്റെ സമീപകാല ചരിത്ര ത്തിലേക്ക്.

കുഞ്ഞുങ്ങൾ പുരാണകഥകൾ മാത്രം കേട്ടാൽ പോരാ, അമ്പിളിയമ്മാവനെക്കുറിച്ചു മാത്രം അറിഞ്ഞാൽ പോരാ. അവർ നമ്മുടെ നാടും, ഇവിടത്തെ ജീവിതവും കഴിഞ്ഞ നൂറ്റാണ്ടുക ളിൽ എങ്ങനെയായിരുന്നന്നും അത് എങ്ങനെ മാറിവന്നെന്നും അറിയണം. അത്തരം അറിവുകളാണ് നാടിനെ ഇനിയും കൂടു തൽ പുരോഗമനപരമായ മാറ്റങ്ങളിലേക്ക് നയിക്കാനുള്ള ചിന്ത

അവരിൽ നിറയ്ക്കുക. ഈ ബോധമുള്ളതുകൊണ്ടാകണം ഈ ബാലസാഹിത്യകാരൻ ഏതാണ്ട് ഇതുവരെ ബാലസാഹിത്യരം ഗത്തിന് അപരിചിതമായ സമരങ്ങളുടെ ചരിത്രത്തിലെ ശ്രദ്ധേ യമായ ഒരു കണ്ണി ഇതിവൃത്തമായി സ്വീകരിച്ചത്.

കേരളത്തിന് ഇത്തരം എത്രയോ വീറുറ്റ കഥകൾ പറയാനു ണ്ട്. കഥകളല്ല, അനുഭവങ്ങൾ. കയ്യൂർ, കരിവെള്ളൂർ, മൊറാഴ, മുനയൻകുന്ന്, പുന്നപ്ര-വയലാർ... അങ്ങനെ എത്രയോ തീപാ റുന്ന പോരാട്ടാനുഭവങ്ങൾ. വടക്കൻപാട്ടിലുള്ള വീറിനെയും ഉദ്വേഗത്തെയും പോലും അതിശയിപ്പിക്കുന്ന സംഭവങ്ങളുടെ ആഖ്യാനങ്ങളാണ് ഈ സ്ഥലനാമങ്ങളോരോന്നും നമുക്കു മുമ്പിൽ അവതരിപ്പിക്കുന്നത്. സ്വന്തം ജീവൻപോലും നാടിനും ജനങ്ങൾക്കും വേണ്ടി ത്യജിക്കാൻ തയാറായ ധീര രക്തസാക്ഷി കളുടെ ത്യാഗപൂർവമായ, സമരനിർഭരമായ, യാതനാനിർഭരമായ ജീവിതകഥകൾ. മനുഷ്യർക്ക് യോഗ്യമായ രീതിയിൽ ജീവിക്കാൻ കഴിയുന്ന ഒരവസ്ഥ സൃഷ്ടിച്ചെടുക്കാൻ വേണ്ടി നിഷ്ഠുരമായ അടിച്ചമർത്തലുകളെ ചെറുത്ത് പൊരുതിനിന്നവരുടെ കഥകൾ. അവരും അവരുടെ ജീവിതവുമാണ് കാലത്തെയും ലോക ത്തെയും ഈ വിധത്തിൽ മാറ്റിയെടുത്ത്. ഇതറിഞ്ഞ് പുതുത ലമുറകൾ വളരണം.

വ്യവസ്ഥാപിത ചരിത്രകാരന്മാർ പുറംകൈകൊണ്ട് വക ഞ്ഞുമാറ്റാൻ ശ്രമിച്ചിട്ടുണ്ട് ഉജ്വലങ്ങളായ ഈ സമര അധ്യായ ങ്ങളെ. എന്നാൽ, ജനങ്ങൾ അവരുടെ ഹൃദയത്തിൽ ഈ സമ രാധ്യായങ്ങളെ പൊള്ളുന്ന ജീവിതാനുഭവങ്ങളായി എന്നും കൊണ്ടുനടന്നു. വ്യവസ്ഥിതിയുടെ സംരക്ഷകരായ ചരിത്രകാ രന്മാർ പറയാൻ മടിച്ചിട്ടുള്ള ചരിത്രകഥകളിലൊന്ന് പുതുതല മുറയ്ക്കായ് പകർന്നുവയ്ക്കുകയാണ് *മൊറാഴയുടെ കഥയിലൂടെ* ഈ കഥാകാരൻ.

കഥാരൂപത്തിലാണ് കുഞ്ഞുങ്ങൾക്ക് മനസിലാകുന്ന ലളി തമായ ഭാഷയിൽ മൊറാഴയുടെ കഥ പറയുന്നത്. എന്നാലിത് കഥയല്ല, ജീവിതമാണ്; അതിനുമപ്പുറം ചരിത്രം തന്നെയാണ്. കഥ പൊലിമയുള്ളതാക്കാൻ വേണ്ടി അയഥാർഥമായ സങ്കൽപ്പ ങ്ങളിലേക്ക് വ്യതിചലിച്ചിട്ടില്ല. ചരിത്രത്തോടുള്ള സത്യസന്ധ തയിൽ അണുവിടപോലും വിട്ടുവീഴ്ച ചെയ്തിട്ടുമില്ല. ഈ വിധ

ത്തിൽ ഒരു കഥ അല്ലെങ്കിൽ ഒരു ചരിത്രഘട്ടം പുനരാവിഷ്കരി ക്കുക എന്നത് ക്ലേശകരമാണ്. ക്ലേശകരമായ ആ ദൗത്യമാണ് രചയിതാവ് ഏറ്റെടുത്ത് വിജയിപ്പിച്ചത്. അഭിനന്ദനാർഹമാണ് ഈ സംരംഭം.

ചരിത്രപുരുഷന്മാരാണ് ഇതിൽ കഥാപാത്രങ്ങൾക്കൊപ്പം വരുന്നത്. പി കൃഷ്ണപിള്ള, എ കെ ജി, ഇ എം എസ്, വിഷ്ണു ഭാരതീയൻ, മൊയാരത്ത് ശങ്കരൻ, കെ പി ആർ ഗോപാലൻ, കെ പി ഗോപാലൻ, ഇ കെ നായനാർ, കേരളീയൻ, സി ഒ അന ന്തൻ, ബാരിസ്റ്റർ എ കെ പിള്ള, ടി സി നാരായണൻ നമ്പ്യാർ, എ വി കുഞ്ഞമ്പു, ജനാർദന ഷേണായി, വില്യം തുടങ്ങി എത്രയോ ചരിത്രപുരുഷന്മാർ ഇതിൽ കടന്നുവരുന്നു. ഇവരി ലോരോരുത്തരും കേരളത്തിനാരായിരുന്നു, ഇവർ കേരളത്തിന് എന്തു സംഭാവനയാണ് നൽകിയത് എന്നൊക്കെ പുതിയ തല മുറയ്ക്ക് അറിയാൻ ഈ കൃതി സഹായകമാകുമെന്നത് തീർച്ച.

ഭരണം ബ്രിട്ടീഷുകാരുടെ പക്കൽ. ഭൂമിയൊക്കെ ജന്മിയുടെ പക്കൽ. നെല്ലൊക്കെ 'തമ്പുരാന്റെ' പത്തായത്തിൽ. മണ്ണിൽ പണി യെടുത്ത് പൊന്നു വിളയിക്കുന്നവന് പട്ടിണി മാത്രം; ബ്രിട്ടീഷ് പട്ടാളത്തണലിൽ ജന്മിയുടെ കുറുവടി സംഘങ്ങൾ നൽകുന്ന മർദനം മാത്രം. അങ്ങനെയൊരു കാലമുണ്ടായിരുന്നു. "കൈകാ ലുകൾ ആമത്തിലും ജന്മം ലജ്ജാഭാരത്തിലും ഞെരിഞ്ഞ നാൾ" എന്ന് മഹാകവി ജി ശങ്കരക്കുറുപ്പ് പാടിയിട്ടുണ്ട് ആ കാലത്തെ പറ്റി.

ആ കാലത്തെ മാറ്റിയെടുക്കാൻ, കർഷകരുടെ സംഘങ്ങളു ണ്ടാക്കിയതും കർഷക സമരപരമ്പരകൾ പലയിടത്തും അരങ്ങേ റിയതും അതിനെ ജന്മിമാർ ചൂണ്ടിക്കാട്ടിക്കൊടുത്ത് അനുസ രിച്ച് പൊലീസ് വേട്ടയാടിയതും അതിനെ ചെറുത്തുകൊണ്ട് ജന ങ്ങൾ ഉണർന്നെണീറ്റതുമൊക്കെ വടക്കേമലബാറിന്റെ ചരിത്ര ത്തിലെ ചോരചിന്തുന്ന ഏടുകളാണ്. ആ ഏടുകളാണ് ഹൃദയാ വർജകമായ രീതിയിൽ, ലളിതമായ ഭാഷയിൽ, ഈ കൃതി നമ്മുടെ പുതുതലമുറയ്ക്കായി പങ്കുവയ്ക്കുന്നത്.

ആറോൺ മിൽ സമരം, ഒക്കളം സമ്മേളനം, ബാലസംഘ ത്തിന്റെ വളർച്ച, സ്വാതന്ത്ര്യസമരപ്രസ്ഥാനത്തിന്റെ മുന്നേറ്റം, കർഷകത്തൊഴിലാളി സമരപരമ്പരകൾ, കോൺഗ്രസ് സോഷ്യ

ലിസ്റ്റ് പാർട്ടിയുടെ ഉത്ഭവം, വളർച്ച, കമ്യൂണിസ്റ്റുപാർട്ടിക്കായുള്ള അതിന്റെ പരിണാമം തുടങ്ങിയവയെക്കുറിച്ചൊക്കെ ഏകദേശ ചിത്രം കുട്ടികൾക്ക് പകർന്നുകൊടുക്കാൻ ഈ കൃതിക്ക് കഴിയു ന്നുണ്ട്. ജന്മി–നാടുവാഴി ദുഷ്ചെയ്തികൾ തുറന്നുകാട്ടിക്കൊണ്ട് ആ പ്രദേശത്ത് പുതിയൊരു വിപ്ലവസംസ്കാരം വളർന്നുവന്നത് എങ്ങനെയെന്നത് ഈ കൃതി ബോധ്യപ്പെടുത്തിത്തരുന്നുമുണ്ട്.

മൊറാഴയുടെ നാട്ടുവഴികളിലൂടെ കുതിരപ്പുറങ്ങളിൽ ഇര മ്പിനീങ്ങിയ മലബാർ സ്പെഷ്യൽ പൊലീസ് നടത്തിയ നരമേ ധം, പുരുഷന്മാരെല്ലാം ഭയന്ന് ആ പ്രദേശത്തുനിന്ന് പലായനം ചെയ്യേണ്ടിവന്ന അവസ്ഥ, കെട്ടുതാലിപോലും പിടിച്ചുപറിച്ചു കൊണ്ടുപോകുന്ന തരത്തിലുള്ള ബ്രിട്ടീഷ് പൊലീസിന്റെ കൊള്ള, കണ്ണിൽക്കണ്ടവരെയൊക്കെ തല്ലിച്ചതച്ച നിഷ്ഠുരത എന്നിവയൊക്കെ കുട്ടികൾക്ക് പുതിയ കാലത്ത് പുതിയ അറി വുകളായിരിക്കും.

കീച്ചേരി സമ്മേളനം, അതിന് ഏർപ്പെടുത്തിയ നിരോധനം, അതേത്തുടർന്ന് അഞ്ചാംപീടികയിൽ മാറ്റി നടത്തിയ സമ്മേളനം, അവിടെ ഏർപ്പെടുത്തിയ നിരോധനം, അതിനെ ധിക്കരിച്ച് സമ്മേ ളനം മുന്നോട്ടുകൊണ്ടുപോയ വിഷ്ണു ഭാരതീയന്റെയും കെ പി ആർ ഗോപാലന്റെയും കേരളീയന്റെയും അറാക്കൽ കുഞ്ഞിരാമന്റെയും മറ്റും ധീരത, നേരിട്ടുള്ള ഏറ്റുമുട്ടൽ, വെടി വയ്പ്പ്, കെ പി ആറിനുമേൽ ചുമത്തപ്പെട്ട വധശിക്ഷാവിധി തുട ങ്ങിയവയൊക്കെ സ്പർശിച്ചു കടന്നുപോകുന്ന ഈ കൃതി വട ക്കൻ മലബാറിന്റെ ചരിത്രത്തിലെ കനലുപാറുന്ന ഒരു സമരാ ധ്യായത്തിലേക്ക് വെളിച്ചം വീശുന്നു. ഇത് പുതിയ തലമുറയെ ചരിത്രബോധമുള്ളവരാക്കുന്നതിൽ ശ്രദ്ധേയമായ പങ്കു വഹി ക്കുമെന്ന് ഞാൻ കരുതുന്നു.

"എത്രനാൾ അടിമയായ്
കിടക്കണം സഖാക്കളേ
പുത്രപൗത്രരെങ്കിലും
സ്വതന്ത്രരായ് വരേണ്ടയോ?" എന്നു ചിന്തിച്ച് വരുംതലമുറ യ്ക്കുവേണ്ടി സ്വന്തം ജീവിതംതന്നെ ബലികഴിക്കാൻ സന്ന ദ്ധരായ ധീരനായകരുടെ കഥയാണ് ഈ കൃതി പറയുന്നത്. അവർ പൊരുതിയത് തങ്ങൾക്കുവേണ്ടിയായിരുന്നെന്ന് പുതു

തലമുറ അറിയണം. അവർ സഹിച്ചത് തങ്ങൾക്ക് മനുഷ്യോചി തമായ നിലയിൽ ജീവിക്കാൻ കഴിയുന്ന അവസ്ഥയുണ്ടാക്കാൻ വേണ്ടിയായിരുന്നെന്ന് പുതുതലമുറ തിരിച്ചറിയണം. ആ പൈതൃകം നഷ്ടപ്പെടുത്താൻ പാടില്ലാത്തതാണ് എന്ന വിവേകം പുതുതലമുറയിൽ ഉദിക്കണം. ഇതിനൊക്കെ ഉതകുന്നുവെന്നി ടത്താണ് ഈ ബാലസാഹിത്യകൃതി പ്രസക്തമാകുന്നത്.

കർഷകപ്രസ്ഥാനവും കമ്യൂണിസ്റ്റ് പാർട്ടിയും അന്നുപറഞ്ഞ തെന്താണോ അത് 1957 ൽ അധികാരത്തിൽ വന്നപ്പോൾ നടപ്പാ ക്കുകകൂടി ചെയ്തെന്ന ചരിത്രവസ്തുത ഓർമിപ്പിക്കുകകൂടി ചെയ്താൽ ഈ കൃതി സമഗ്രമാകും. അടുത്ത പതിപ്പുകളിൽ അതുകൂടി ചേർത്ത് കൃതി സമഗ്രമാക്കാൻ കഴിയട്ടെ എന്ന് ആശം സിക്കുന്നു.

1
മായാത്ത തീയതി

കുട്ടികളായ നിങ്ങൾക്ക് കഥ കേൾക്കാനിഷ്ടമായിരിക്കും അല്ലേ? സമരകഥയാകുമ്പോൾ പ്രത്യേകിച്ചും! ആ കഥ നടന്നത് മൊറാഴ എന്ന ഗ്രാമത്തിലും. ഒരു കൊച്ചുഗ്രാമമാണത്. സമരപു ളകമാർന്ന ഗ്രാമം. ആ ഗ്രാമത്തിന്റെ കഥ, അതൊരുജ്ജ്വലകഥ യാണ്!

മൊറാഴയുടെ മാത്രം കഥയല്ലിത്. ഒരുപാടൊരുപാട് നാടിന്റെ കഥ! കല്യാശ്ശേരിയുടെ, ആന്തൂരിന്റെ, പാപ്പിനിശ്ശേരിയുടെ..... കയ രളത്തിന്റെ, കണ്ടക്കൈയുടെ, നണിയൂരിന്റെ...... തുടങ്ങി എത്ര യെത്രയോ നാടിന്റെ കഥ! ഇന്ത്യാമഹാരാജ്യത്തിന്റെ കഥ!

അവിടെയുമവസാനിക്കുന്നില്ല, ബ്രിട്ടീഷ് സാമ്രാജ്യത്വത്തെ കിടിലംകൊള്ളിച്ച കഥ! ബ്രിട്ടീഷ് പാർലമെന്റിൽ കൊടുങ്കാറ്റു യർത്തിയ കഥ! രാജ്യമാകെ സമരാഗ്നി പടർത്തിയ കഥ! കർഷ കരുടെയും തൊഴിലാളികളുടെയും ചുണയും തന്റേടവും കൊടി പടമുയർത്തിയ കഥ!

ആ കഥയാണ് മൊറാഴയുടെ കഥ!

ഒരു നീരരുവിക്കര, കരയിൽ പന്തലിച്ചൊരാൽമരം. മരത്തിനു ചുറ്റും ചിത്രപ്പണിതീർത്ത കൽത്തറ. തറയ്ക്കു താഴെ പച്ച പ്പുൽത്തകിടി. അതിനുചുറ്റും അശോകമരം. മരത്തിൽ നിറയെ ചുവചുവന്ന പൂക്കൾ!

പുൽത്തകിടിയിൽ കുട്ടികളായ കൂട്ടുകാർ, ഒപ്പം കഥ പറ
യുന്ന മാഷും!

"എന്താ കഥകേൾക്കാനിഷ്ടമാണോ" മാഷ് തിരക്കി.

കൂട്ടുകാർ കണ്ണും കാതും കൂർപ്പിച്ചിരിക്കുകയാണ്. എല്ലാവ
രുടെ മുഖത്തും ആകാംക്ഷ.

"എനിക്കിഷ്ടമാ. മാഷ് കഥ പറയൂ" ഫൗസിയയയാണ് പ്രതി
കരിച്ചത്.

ഒപ്പം രാഹുലും ജോസും കൂടി.

"ഇങ്ങനെയാണോ കഥയുടെ തുടക്കം?" തുഷാരയുടെ
ചോദ്യം.

"മാഷ് കഥ തുടങ്ങിയില്ലല്ലോ" വർഷ പറഞ്ഞു.

"മാഷ് കഥ പറയട്ടെ" രശ്മിയും നീതുവും ഒപ്പം പറഞ്ഞു.

"മാഷ് വേഗം കഥപറയൂ" നിയാസും വിക്കുവും തിടുക്കം
കാട്ടി.

"തുടങ്ങി കലപില" റംലത്ത് ശബ്ദമുയർത്തി.

"ശരി, ഞാൻ കഥപറയാം" മാഷ് തുടർന്നു.

"പണ്ടുപണ്ട് എന്നല്ലേ തുടങ്ങേണ്ടത്" മാഷ് തുഷാരയുടെ
മുഖത്ത് കണ്ണുനട്ടു.

"പണ്ട് പണ്ട്, അതെല്ലാം പണ്ടാ" സൂര്യ ദേഷ്യപ്പെട്ടു.

"ഓ, ഒരു ഡിഗ്രിക്കാരി" കീർത്തന ചൊടിച്ചു.

"കൂട്ടുകാരേ, ഒരു പത്തെഴുപത് വർഷം മുമ്പ്, ഒരു ചിങ്ങമാ
സം. കാരാക്കരുത്ത കർക്കിടകം കഴിഞ്ഞു കയറിവന്ന ചിങ്ങം.
പൂവിരിഞ്ഞുനിൽക്കുന്ന ചിങ്ങം. പൊന്നിൻചിങ്ങം. തുമ്പയും
മുക്കുറ്റിയും അരിപ്പൂവും അതിരാണിയും പൂത്തുലഞ്ഞുനിൽക്കു
ന്നു. നെൽവയലിൽ കാക്കാപ്പൂ, തോട്ടുവരമ്പിൽ വെള്ളില, തോട്ടു
വക്കത്ത് കൈതപ്പൂ."

"എന്തുമണമാ, കൈതപ്പൂവിന്" ചിന്നു പറഞ്ഞു.

"അതെയതെ" എല്ലാവരും ഒപ്പം കൂടി.

മാഷ് തുടർന്നു:

"ഒരു ഓണക്കാലം. തിരുവോണനാൾ. ഓണാഘോഷത്തിന്റെ
ഒരുക്കങ്ങൾ നടക്കുന്നു....."

"മാവേലി നാടുവാണീടുംകാലം
മാനുഷരെല്ലാരുമൊന്നുപോലെ

കള്ളവുമില്ല ചതിയുമില്ല
എള്ളോളമില്ല പൊളിവചനം"
സദസാകെ തിമിർത്തുപാടി.
"മതി മതി, മാഷ് കഥ തുടരട്ടെ" സൂര്യ എല്ലാവരെയും ശാസിച്ചു.
"ഓണപ്പാട്ടു പാടാതെയെങ്ങനെ" സ്നേഹ ചോദിച്ചു.
"ഓണവിശേഷം പറയാതെങ്ങനെ" നിഖിൽ കൂട്ടിച്ചേർത്തു.
"ഓണപ്പൂക്കളം."
"ഓണസദ്യ."
"ഓണമുണ്ടും ഊഞ്ഞാലാട്ടവും."
"പിഞ്ഞാണ ഭരണിയിൽ നാരങ്ങാക്കറി."
"ഓണത്തിന്റെ വറുത്തുപ്പേരി."
ഓരോരാളും വിളിച്ചുപറയാൻ തുടങ്ങി.
"അത്തം പത്തോണം."
"ഉത്രാടം ഒന്നാമോണം."
"പിന്നെ തിരുവോണം."
"തിരുവോണം കഴിഞ്ഞാൽ അവിട്ടം."
"പിന്നെ ചതയം."
"എല്ലാം ശരിയാണ്."
"ചതയം ശ്രീനാരായണ ഗുരുവിന്റെ ജന്മദിനം" ആരീഫ്.
"ചതയോത്സവം."
"ചതയത്തിനും സ്കൂൾ ലീവാ."
"ചതയത്തെപ്പറ്റിപ്പറയാനാണ് ഞാനിതെല്ലാം ഓർമപ്പെടുത്തുന്നത്" മാഷ് തുടർന്നു: "ശ്രീനാരായണഗുരുവിന്റെ ജനനം, ചതയ ദിനത്തിലാണ്. അതോടെ ഒരു യുഗപ്പിറവിക്ക് നാന്ദികുറിച്ചു, പ്രത്യേകിച്ചും കേരളീയർക്ക്! ജീർണിച്ച നാട്ടാചാരം മാറ്റി ത്തീർക്കാൻ ശ്രീനാരായണഗുരുവിന്റെ സാന്നിധ്യം കുറച്ചൊന്നു മല്ല നിഹായിച്ചത്, ആ മഹാത്മാവ് മാറ്റത്തിന്റെ ദിവ്യജ്യോതി സായി ജ്വലിച്ചു!
"അരുവിപ്പുറത്തെ പ്രതിഷ്ഠ പ്രസിദ്ധമാണ്" റംലത്ത് പറ ഞ്ഞു.
"ആ പ്രതിഷ്ഠാകർമം സവർണ മേധാവികളെ കിടിലംകൊ ള്ളിച്ചു" ഗോമതി.

രാഹുൽ എഴുന്നേറ്റുനിന്ന് ഉറക്കെ പാടി:
"ജാതിഭേദം മതദ്വേഷം
ഏതുമില്ലാതെ സർവരും
സോദരത്വേന വാഴുന്ന
മാതൃകാ സ്ഥാനമാണിത്."
എല്ലാവരും അതേറ്റുപാടി.

"നാരായണഗുരുവിനെപ്പറ്റി വയലാർ രാമവർമ പാടിയ ഈരടി മാഷ് പറഞ്ഞുകൊടുത്തു; കുട്ടികൾ അതും ഏറ്റുപാടി.

"മതങ്ങൾക്കതീതനായ്

മനുഷ്യൻ! മറ്റാരുമീ

മധുരാക്ഷര മന്ത്രം

ചൊല്ലിയില്ലിന്നേവരെ!"

സദസ്സ് ശാന്തമായി.

"ചതയദിവസം! മാറ്റത്തിന്റെ തോറ്റം പാട്ടിനു തുടക്കംകുറിച്ച ദിനം" മാഷ് തുടർന്നു. "നമ്മുടെ കഥയുടെ തുടക്കവും ഒരു ചത യദിനത്തിലാണ്."

"ഏതാണാ തീയതി?"

തീയതി അറിയുവാൻ എല്ലാവരും കാതോർത്തു.

"കൊല്ലവർഷം ആയിരത്തി ഒരുന്നൂറ്റിപ്പതിനാറ് ചിങ്ങമാസം മുപ്പത്തൊന്നാം തീയതി ചതയം നക്ഷത്രം ഞായറാഴ്ച!" മാഷ് പറഞ്ഞുനിർത്തി.

"ക്രിസ്തുവർഷമോ" ഫൗസിയയുടെ ചോദ്യം.

"ആർക്കെങ്കിലും അറിയുമോ" മാഷ് തിരക്കി.

ഗോമതി പാതി എഴുന്നേറ്റപ്പോഴേക്കും സൂര്യ വിലക്കി "മാഷ് പറഞ്ഞാൽ മതി."

"ആയിരത്തിത്തൊള്ളായിരത്തി നാൽപത് സെപ്തംബർ പതിനഞ്ചാം തീയതി! കവി കെ പി ജി പാടിയതിങ്ങനെ:

നാൽപ്പതാമാണ്ടു സെപ്തംബർ മാസത്തില–

പ്പതിനഞ്ചു, നിങ്ങളോർക്കുന്നുവോ

തീയതിയതു മായില്ലൊരിക്കലും

തീയിൽനിന്നു കുറിച്ചിട്ടതാകയാൽ

ആ മാഞ്ഞുപോവാത്ത തീയതി"

"1940 സെപ്തംബർ 15! സ്വാതന്ത്ര്യ സമരചരിത്രത്തിൽ ജ്വ ലിച്ചുനിൽക്കുന്ന തീയതി! തിളക്കമാർന്ന തീയതി!"

"ആ തീയതിക്കെന്താണിത്ര കേമം?" തുഷാര.

"ആ തീയതിയിലാണ് നമ്മുടെ കഥ നടന്നത്."

"അന്നാണ് മൊറാഴയുടെ ചുണയും തന്റേടവും നാടിനു കാട്ടി ക്കൊടുത്തത്" ഗോമതിക്ക് ആവേശമായി.

"അതെങ്ങനെ" രാഹുൽ.

"അതൊരു പോരാട്ടത്തിന്റെ കഥയാണ്. ഒരുപാടു ചരിത്ര മുഹൂർത്തങ്ങൾ അതിനു കാവലാളായിട്ടുണ്ട്" റംലത്ത്.

ഇതുകേട്ടു പകച്ചുപോയ ചിന്നു എഴുന്നേറ്റുനിന്നു. "എന്താ," മാഷ് തിരക്കി.

എല്ലാവരുടെയും കണ്ണ് ചിന്നുവിലായി. ചിന്നു ഒന്നും പറ യുന്നില്ല.

മാഷ് സ്നേഹത്തോടെ പതുക്കെ ചോദിച്ചു: "എന്താ നിനക്കു പറയാനുള്ളത്, പറഞ്ഞോളൂ. നല്ല മിടുക്കത്തിയല്ലേ?"

ചിന്നു വിക്കി വിക്കി പറഞ്ഞു: "എനിക്കൊന്നും മനസിലാ വുന്നില്ല."

"ഏതാ മനസിലാവാത്തത്?"

"റംലത്തേച്ചി പറഞ്ഞതും, ഗോമതിച്ചേച്ചി പറഞ്ഞതും."
മാഷ് പിന്നെയും തിരക്കി, "തുറന്നു പറഞ്ഞോ."

"തന്റേടവും പോരാട്ടവും ചരിത്രമുഹൂർത്തവും" മുതിർന്ന കുട്ടികൾ ചിരിച്ചു. ചെറിയകുട്ടികൾ ചിന്നുവിന് ഒപ്പം കൂടി.

"മിടുക്കത്തി, അതാണ് കാര്യം അല്ലേ? നന്നായി."

"എല്ലാം പറഞ്ഞു തരാം" മാഷ് സമാധാനിപ്പിച്ചു.

എല്ലാവരും ചിരിച്ചു.

"എല്ലാം എല്ലാവർക്കും മനസിലാവുന്ന രീതിയിൽ പറയാം" മാഷ്.

"ഇനി മാഷ് പറഞ്ഞാൽമതി" നീതു.

"എല്ലാവർക്കും കൂടി പറയാം, സംശയങ്ങളെല്ലാം ചോദിക്ക ണം...."

"എവിടെയാ മൊറാഴ" ലത.

"ബ്രിട്ടീഷ് സാമ്രാജ്യത്വം എന്നാൽ" ഷെറി.

"ബ്രിട്ടീഷ് പാർലമെന്റ്" അനൂപ്.

"ആ മാഞ്ഞുപോവാത്ത തീയതി, അതിന്റെ പൊരുൾ."

"ഇനിയെന്തെല്ലാം പറയാനിരിക്കുന്നു" ഗോമതിയാണ് ഇട യിൽ കേറിപ്പറഞ്ഞത്.

"അതെ. എന്തെല്ലാം എന്തെല്ലാം."

"കർഷകരുടെയും തൊഴിലാളികളുടെയും ചുണയും തന്റേ ടവും കൊടിപടർത്തിയ കഥയാണിത്....."

"മിടുക്കത്തി" മാഷ് തുടർന്നു. "മനസിലാവാത്ത കാര്യങ്ങൾ അപ്പപ്പോൾ ചോദിക്കണം. അവരാണ് നല്ല കുട്ടികൾ, നമുക്ക് ഓരോന്നായി ചർച്ചചെയ്യാം."

"കർഷകരുടെയും തൊഴിലാളികളുടെയും അധ്യാപകരു ടെയും പങ്കാളിത്തം മൊറാഴയുടെ കഥയിൽ അതിപ്രധാനമാണ്" മാഷ് തുടർന്നു: "വിവിധ ജനവിഭാഗങ്ങളുടെ കൂട്ടായ്മ മൊറാഴ സംഭവത്തിൽ ഉണ്ട്. കുട്ടികളുടെ സംഘടനയ്ക്കും അതിൽ പ്രധാന പങ്കുണ്ട്."

"രാഷ്ട്രീയ പാർട്ടികളുടെ പരിണാമവും വളർച്ചയും നമുക്ക് പഠിക്കേണ്ടതുണ്ട്" ഗോമതിയാണ് പറഞ്ഞത്. "ആ കാലഘട്ട ത്തിലെ ജനങ്ങളുടെ സ്ഥിതി മനസിലാക്കണം" റംലത്ത് തുടർന്നു: "കൃഷിക്കാരെക്കുറിച്ചു തുടങ്ങുന്നതാണ് നല്ലത്."

മാഷ്: "ലതയുടെ ചോദ്യത്തിന് ഉത്തരം പറഞ്ഞിട്ട് പോരേ?"

"എന്താണ് ലതയുടെ ചോദ്യം."

"എന്താ നിങ്ങളെല്ലാം കേട്ടതല്ലേ എവിട്യാ മൊറാഴ എന്നല്ലേ അവൾ ചോദിച്ചത്" ആരിഫ്.

"പറഞ്ഞുകൊടുക്ക് എവിടെയാ മൊറാഴ" മാഷ് സുരേഷിന്റെ മുഖത്ത് നോക്കി.

സുരേഷ് പറഞ്ഞുതുടങ്ങി:

"കണ്ണൂർ ജില്ല, തളിപ്പറമ്പ് താലൂക്ക്. താലൂക്കിന്റെ തെക്കു പടിഞ്ഞാറെ കോണിൽ മൊറാഴ വില്ലേജ്. കുന്നും കുഴിയും വയലും പറമ്പുമായി പച്ചവിരിച്ച ഗ്രാമം. തെങ്ങും കവുങ്ങും മാവും പ്ലാവും പച്ചക്കുട നിവർത്തിനിൽക്കുന്നു. നെൽപ്പാടങ്ങൾ പച്ചപ്പുരവതാനി വിരിച്ചും.

വടക്കു കുറ്റിക്കോൽ പുഴ കൊച്ചോളങ്ങളാൽ ഞൊറിയി ട്ടൊഴുകുന്നു. തെക്കു കണ്ണപുരം ധർമശാല പറശ്ശിനി റോഡ് കരി നടഞ വിരിച്ച് അതിരിടുന്നു. പടിഞ്ഞാറു കണ്ണപുരം വില്ലേജും കിഴക്കു വളപട്ടണം പുഴയും.

കണ്ണൂർ പട്ടണത്തിൽനിന്ന് 15 കിലോമീറ്റർ വടക്ക് തളിപ്പറ മ്പിൽനിന്ന് 4 കിലോമീറ്റർ തെക്ക് നാഷണൽ ഹൈവേ 17 ൽ. ധർമശാലയിൽ ബസിറങ്ങണം. പിന്നെ പടിഞ്ഞാറോട്ട് നീളുന്ന റോഡിലൂടെ പോയാൽ മൊറാഴയിലെത്താം. പഴയ ചിറയ്ക്കൽ താലൂക്കിലാണീ പ്രദേശം. മലബാർ ജില്ലയുടെ ഭാഗം."

"മനസിലായോ ലതേ" മീരയാണ് ചോദിച്ചത്. ലത ചിരിക്കുക മാത്രം ചെയ്തു.

"അപ്പോൾ കേരളമോ?" രഘു.

ഗോമതി: "കേരളം മൂന്നു ഭാഗമാ. തിരുവിതാംകൂറും കൊച്ചിയും മലബാറും."

തിരുവിതാംകൂറും കൊച്ചിയും രാജഭരണത്തിൽ. മലബാർ ബ്രിട്ടീഷ് ഭരണത്തിലായിരുന്നതിനാൽ തിരു–കൊച്ചിയിൽനിന്ന് വളരെ വ്യത്യസ്തമായ ഭരണസംവിധാനമാണ് നിലനിന്നിരുന്നത്.

ബ്രിട്ടീഷ് ഭരണത്തിന് എതിരായി മൈസൂർ രാജാവിന്റെ സൈനികശക്തിയും അതുപോലെ പഴശ്ശിരാജാവിന്റെ പ്രതിരോധനിരയും ബ്രിട്ടീഷ് ഭരണത്തോട് ഏറ്റുമുട്ടി. എന്നാൽ വടക്കെ മലബാറിലെ നാടുവാഴികളുടെ പിന്തുണ ബ്രിട്ടീഷുകാർക്കായിരുന്നു. മാത്രമല്ല, ബ്രിട്ടീഷ് ഭരണത്തെ സഹായിക്കുകയും ചെയ്തു.

"നാട്ടിലെ ഭൂവുടമകളെല്ലാം അവർക്ക് ഏജന്റുമാരുമായിരുന്നു. അവരെ ബ്രിട്ടീഷ് ഭരണം നന്നായി സഹായിച്ചു."

"കരിക്കാട്ടിടം, കല്യാട്, വേങ്ങയിൽ, ഏറമ്പാല കുടുംബങ്ങളായിരുന്നു ചിറയ്ക്കൽ താലൂക്കിലെ പ്രമുഖ ജന്മിമാർ. അവർക്ക് വില്ലേജ് അധികാരി എന്ന പേർ നൽകി. തങ്ങളുടെ വിശ്വസ്ത സേവകരായി ഭരണാധികാരികൾ ഇവരെ കണക്കാക്കി. ബ്രിട്ടീഷുകാർ തങ്ങളുടെ അധികാരം ഉറപ്പിക്കാൻ ഈ ബന്ധം ഉപയോഗപ്പെടുത്തി. ബ്രിട്ടീഷുകാരായ യജമാനന്മാർക്കുവേണ്ടി ഇവർ പ്രവർത്തിച്ചു.

2

വലിയമ്മാവന്റെ ഓർമ

"മുളച്ചതെല്ലാം കാരമുള്ള്
ജനിച്ചതെല്ലാം ശത്രുക്കൾ
സന്ധ്യാദീപം നമോ നമഃ"

കാരണവർ നാമം ജപിക്കുകയാണ്. സന്ധ്യാവന്ദനത്തിനു മുമ്പ് അമ്മാവന് ചില ചിട്ടകളുണ്ട്. വിസ്തരിച്ചൊന്നു കുളിക്കും. ഈറൻ മാറിയശേഷം ഭസ്മക്കുറിപൂശും. അതുകഴിഞ്ഞാണ് ജപം.

മരുമക്കൾ ദൂരെ ചമ്രം പടിഞ്ഞിരിക്കും. ജപിച്ചുകഴിഞ്ഞാലേ ഊണുകിട്ടൂ. ഭക്ഷണം കഴിഞ്ഞാൽ അമ്മാവൻ കിടന്നുറങ്ങു ന്നതും ഉമ്മറക്കോലായിലെ ചൂടിക്കട്ടിലിലാണ്.

പതിവുപോലെ അമ്മാവൻ നാമം ജപിച്ചു കിടക്കുന്നതിനി ടയിൽ അമ്മാവൻ മരുമകളെ വിളിച്ചു. "മാധവീ ആലേടെ അഴി യെല്ലാം ശരിക്കിട്ടിട്ടില്ലേ. കാലികളെന്താ ഒച്ചയുണ്ടാക്കുന്നത്?"

മാധവി ഉത്തരം പറഞ്ഞു തീരുന്നതിനുമുമ്പ് മുറ്റത്ത് ബൂട്ടടി ശബ്ദം കേട്ടു. പടപടാ ആളുകളെല്ലാമോ ഇറങ്ങിവരികയാണ്. അവരെ കണ്ടാണ് കാലികൾ ബഹളം കൂട്ടിയത്.....

അമ്മാവൻ എണീറ്റിരുന്നു.

മുറ്റം നിറയെ പൊലീസുകാർ.

"എവിടെടാ കണ്ണൻ" ഇൻസ്പെക്ടറുടെ ചോദ്യം. അമ്മാ

വൻ പരിഭ്രമിച്ചു. മകനെ തേടിയാണ് ഇവർ വന്നിരിക്കുന്നതെന്നു മനസിലായി. അവൻ കമ്യൂണിസ്റ്റായി നടക്കുകയാണ്.

ഇൻസ്പെക്ടർ വീണ്ടും അലറി. കാരണവർ പേടിച്ചു വിറച്ചു. അതോടെ തലകറങ്ങി കിടക്കയിൽ തന്നെ വീണു.

അകത്ത് സ്ത്രീകളുടെയും കുട്ടികളുടെയും നിലവിളി.

പത്തുമാസം തികഞ്ഞ അമ്മ ചിമ്മിനി വിളക്കുമായി പുറത്തുവന്നപ്പോൾ ബോധംകെട്ടു കിടക്കുന്ന കാരണവരെ കണ്ടു ഭയന്നു വിറച്ചു. ഉറക്കെ നിലവിളിച്ചെങ്കിലും ശബ്ദം പുറത്ത് വന്നില്ല. ബൂട്ടിന്റെ ശബ്ദം അകത്തും അലയടിച്ചു. കുട്ടികളായ ഞങ്ങൾ പേടിച്ചു വിറച്ച് എന്തു ചെയ്യണമെന്നറിയാതെ നിൽക്കുകയാണ്.

അകത്തു കടന്നു പരിശോധിച്ച പൊലീസുകാർ പുറത്തിറങ്ങി വീണ്ടും അലറി.

"കണ്ണനെവിടെ?"

"മോനില്ലെങ്കിൽ വേണ്ട. ഇത്തവണ കിളവനാകട്ടെ" മീശക്കാരൻ ഇൻസ്പെക്ടർ ലാത്തിചുഴറ്റി അലറി.

തലകറങ്ങിക്കിടക്കുന്ന വലിയമ്മാവനെ നിവർത്തി നിർത്തി പൊതിരെ തല്ലി. മുഖത്താണ് തല്ലെല്ലാം. കൂട്ട നിലവിളിയുയർന്നു.

"മിണ്ടരുത്" കൊമ്പൻ മീശക്കാരന്റെ ആജ്ഞ.

വലിയമ്മാവൻ നിന്നു വിറയ്ക്കുകയാണ്. ശരീരം കുഴഞ്ഞപ്പോൾ കാക്കിക്കാർ താങ്ങി നിർത്തി.

അഴിയുന്ന ഉടുമുണ്ട് വലിയമ്മാവൻ ഒരു കൈകൊണ്ട് താങ്ങിപ്പിടിച്ചിരുന്നു.

മറുകൈ വലിച്ചുപിടിച്ചു പൊലീസുകാരൻ പറഞ്ഞു: "ഇന്നിതു മതി."

കൈത്തണ്ടയിൽ കുറുവടികൊണ്ട് ആഞ്ഞടിച്ചു.

ഒടുവിൽ വലിയമ്മാവൻ ബോധമറ്റപോലെയായി. ഞെക്കിപ്പിടിച്ച താളിൻതണ്ടുപോലെ കൈ ഒടിഞ്ഞുതൂങ്ങി.

അവർ അട്ടഹസിച്ചു. പോകുമ്പോൾ അലറി: "മോനെ ഹാജരാക്കിയില്ലെങ്കിൽ ഇനിവന്നാൽ, ഇതായിരിക്കില്ല നില. വീടു തീവെക്കും."

വലിയമ്മാവൻ ജീവച്ഛവമായി നിലത്തുവീണു. അമ്മയാണെ ങ്കിൽ അബോധാവസ്ഥയിലും. കുട്ടികളായ ഞങ്ങൾ പേടിച്ചുവിറച്ചു നിന്നു.

ബൂട്ടിന്റെ ശബ്ദം അകന്നകന്നുപോയി. ഒരു പേമാരി തോർന്നതുപോലെ എങ്ങും നിശ്ശബ്ദത.

അൽപ്പംകഴിഞ്ഞ് അയൽക്കാരെത്തി പാത്തും പതുങ്ങിയു മാണ് വരവ്. അവർ വൈദ്യരെ വരുത്തി. ഞാനന്ന് അഞ്ചാംതരം വിദ്യാർഥിയാണ്.

അടികൊണ്ട അമ്മാവന്റെ ദേഹം ശരിപ്പെട്ടുവരാൻ മാസങ്ങ ളുടെ ചികിത്സ വേണ്ടിവന്നു. അതിൽപ്പിന്നെ ഉമ്മറത്തെ കട്ടി ലിൽ ഉറങ്ങാതെ കുറേ ദൂരെ നോക്കിയിരിക്കുക പതിവാണ്.

ഒരുദിവസം ഞാനടുത്തു ചെന്നു. പഴയ അടിയുടെ കാര്യം ഓർമിപ്പിച്ചു.... വലിയ അമ്മാവന് ചിരിവന്നു. അദ്ദേഹം പറഞ്ഞു: "എനിക്ക് കിട്ടിയത് ചെറുതാണല്ലോ. പലർക്കും കിട്ടിയത് ഇതി നേക്കാൾ ക്രൂരമായ അടിയാണ്."

"മൊറാഴ സംഭവം കേട്ടിട്ടില്ലേ, ആ സംഭവത്തിനുശേഷം നാടാകെ ഇടിച്ചു പൊടിക്കുകയായിരുന്നു. എല്ല് സൂപ്പാക്കുക എന്നു കേട്ടിട്ടുണ്ടോ? അതുതന്നെ നില. തല്ലുകൊണ്ട വർക്കൊന്നും പിന്നെ മര്യാദക്ക് എഴുന്നേറ്റ് നടക്കാൻ കഴിഞ്ഞി ട്ടില്ല. പലരും മാറാരോഗികളായി."

മൊറാഴയുടെ കഥ എനിക്കു പറഞ്ഞുതന്നത് വലിയമ്മാവ നാണ്. ആ കഥയാണിന്ന് ഞാൻ നിങ്ങൾക്ക് പറഞ്ഞു തരുന്നത്.

3

അടിമകളായിരുന്ന കാലം

"നമ്മളു കൊയ്യും വയലെല്ലാം
നമ്മുടെതാകും പൈങ്കിളിയേ!"

അമ്മാളു നീട്ടിപ്പാടി. കൂട്ടുകാരും പാടി. ആവർത്തിച്ചു പാടി.

"ഈ പാട്ടു പാടുന്ന കാലത്ത് നാടെല്ലാം തമ്പുരാക്കന്മാരു ടേതായിരുന്നു. നട്ടുനനച്ചുണ്ടാക്കുന്നവർക്ക് അവകാശം ഒന്നി നുപോലുമില്ല. ഒരിഞ്ചുസ്ഥലം പോലും അവർക്കില്ല. അവർ അന്തി യുറങ്ങുന്നത് കൂരകളിൽ. അവർ കഴിക്കുന്നത് പഴങ്കഞ്ഞി, കരി ക്കാടി എന്നാ പറയുക. അവരുടെ അരയിൽ ഒരു പഴന്തുണി, മുട്ടുമറയില്ല പെണ്ണാളും അതുപോലെ. മാറുമറയ്ക്കാൻ പാടില്ല. എല്ലാം തമ്പുരാക്കന്മാരുടെ കൽപ്പനപോലെ...."

"നിലത്തിന്റെ ഉടമകൾ തമ്പുരാൻ. അവർക്കാണ് എല്ലാ അധി കാരവും."

ഗോമതി: "അതു ഹിന്ദുവാകാം, മുസ്ലിമാകാം, ക്രിസ്ത്യനാ കാം."

"പണിയാളർ പുലരുമ്പോൾത്തന്നെ കഞ്ഞിവെള്ളവുമായി പണി സ്ഥലത്തെത്തണം. സന്ധ്യമയങ്ങിയേ മടങ്ങൂ."

വിളവെത്രയായാലും നോക്കേണ്ട, പാട്ടവും വാരവും നേരത്തേ നിശ്ചയിക്കും. അത് കൃത്യമായി കൊടുക്കുകയും വേണം.

"വാശി, നുരി മുക്കാലെല്ലാം
നമ്മൾ കൃത്യമായ് കൊടുക്കണം പോൽ."
കേരളീയനെഴുതിയ പാട്ടാണ്.
"ഒന്നുകൂടി പാടിയാട്ടേ" രാഹുൽ.
"എനിക്ക് ഓർമയില്ല" ലാലസ.
രാഹുൽ ഒന്നുപാടാൻ ശ്രമിച്ചു, കിട്ടുന്നില്ല.
"വരികൾ ഞാൻ പറഞ്ഞുതരാം" മാഷ്.
"1938 ഡിസംബർ 19ന്റെ *പ്രഭാതം* പത്രത്തിൽ അടിച്ചുവന്ന കവിതയാണിത്."
"എത്രകൊല്ലമായി?" സൂര്യ.
ജോസ്: "ഞാൻ പറയാം" വിരൽ മടക്കി എണ്ണാൻ തുടങ്ങി.
"74 വർഷം" രാഹുൽ അപ്പോഴേക്കും പറഞ്ഞുകഴിഞ്ഞു.
"ഞാനും അതുതന്നെയാ പറയാൻ പോകുന്നത്" ജോസ്.
"വരികൾ മാഷ് പറഞ്ഞുതരൂ. ഞങ്ങൾ എഴുതിയെടുക്കട്ടെ" രമ്യ.

"വാശി, സൂരി, മുക്കാലെല്ലാം
നമ്മള് കൃത്യമായ് കൊടുക്കവേണം
തേങ്ങയും ചക്കയും മാങ്ങയെല്ലാം
ചേനയും ചേമ്പും കിഴങ്ങുമെല്ലാം
കായി, വഴുതിന, വെള്ളരിക്ക
നമ്മളതൊക്കെയും വെച്ചാണണ്ടേ
ജന്മിയെ പൂജിച്ചു നമ്മളിനി
ജന്മമൊടുക്കില്ല തീർച്ചതന്നെ."
"എഴുതിക്കഴിഞ്ഞില്ലേ, നാണിയൊന്നു പാടൂ.... നാട്ടുപാട്ടിന്റെ ഈണത്തിൽ."
നാണി ഈണത്തിൽ പാടി. കൂട്ടുകാരും പാടി.
"അതിലെ പ്രതിജ്ഞയും ഉജ്വലംതന്നെ. എഴുപത്തിമൂന്ന് കൊല്ലംമുമ്പ് ഇങ്ങനെ പാടാനെങ്കിലും സാധിച്ചു. അതിനു മുമ്പ ത്തെ സ്ഥിതിയെന്തായിരുന്നു?"
"അന്നനുഭവിച്ച ദുരിതം ഊഹിക്കാൻപോലും നമ്മൾ ശക്ത രല്ല."

"നാടു ഭരിക്കുന്നത് ബ്രിട്ടീഷുകാർ. നികുതിപിരിക്കാൻ ചുമ
തലപ്പെട്ടവർ ജന്മിമാർ. അവർ സവർണർ കൂടിയായയാൽ പിന്നെ
സ്ഥിതി ഭയാനകം."

"എന്നാൽ പണിയെടുക്കുന്നവരോ തൊട്ടാൽവാടികളാ. ചവി
ട്ടിയകാലിൽ നമിക്കും വെറും അടിമകൾ."

"മേൽജാതിക്കാർ തമ്പ്രാക്കന്മാർ, കീഴ്ജാതിക്കാർ ഏഴകൾ.
ഏഴകളെ മനുഷ്യരായി പരിഗണിക്കാറില്ല. അവരെ എന്തും പറ
യാം. അടിക്കാം, ചവിട്ടാം, എന്തുശിക്ഷയും കൊടുക്കാം."

"അപ്പോൾ ഏഴകൾ ഒന്നും പ്രതികരിക്കില്ലേ" ജോസ്
ചോദിച്ചു.

"പ്രതികരിച്ചാൽ കണക്കായി. പ്രതികരിച്ചാൽ ചവിട്ടിമ
ലർത്തും. അതാണ് സ്ഥിതി."

രാഹുൽ ഒന്ന് എഴുന്നേറ്റ്, അമർഷം പ്രകടിപ്പിച്ചു. എല്ലാ
വരും ചിരിച്ചു.

"തൊട്ടുകൂടാ, തീണ്ടിക്കൂടാ, കണ്ടുകൂടാ, വഴിനട
ക്കാൻപോലും പാടില്ല, ഇതാണു സ്ഥിതി."

"ഇത്തരം മനോഭാവം മാറ്റാനാണ് കൃഷിക്കാരുടെ സംഘം
രൂപംകൊണ്ടത്, 1935 ലാണത്. വിഷ്ണുഭാരതീയന്റെ വീട്ടിൽ
നാലുപേർ ഒത്തുകൂടി. കെ പി ആർ ഗോപാലൻ, കെ പി ഗോപാ
ലൻ, കേരളീയൻ, വിഷ്ണു ഭാരതീയൻ."

"എന്നിട്ട്."

തൊഴിലാളി കർഷക ജനവിഭാഗങ്ങളുടെ അവശതകൾ ചർച്ച
ചെയ്തു. അവരെ ഉയർത്തിക്കൊണ്ടുവരാനുള്ള വഴിയെന്തെന്ന്
ആലോചിച്ചു.

"അന്ധവിശ്വാസത്തിലും അനാചാരത്തിലും അമർന്നുകഴി
ഞ്ഞവർ, അവകാശബോധമുണ്ടാക്കണം."

"അതുണ്ടാകാനെന്താണു വഴി?"

"കുറുക്കുവഴിയൊന്നുമില്ല. അതിനാണ് കർഷകരുടെ സംഘം
രൂപീകരിക്കാൻ തീരുമാനിച്ചത്.

അതിനായധി ഭാരതീയന്റെ വീട്ടിൽത്തന്നെ യോഗം ചേർന്നു.
ആദ്യത്തെ നാലുപേർ മുൻകയ്യെടുത്താണ് യോഗം. അതിൽ ഇരു
പതുപേർ പങ്കെടുത്തു. യോഗത്തിൽ, പാട്ടത്തിൽ പത്മനാഭൻ
അധ്യക്ഷൻ. കാർഷികരംഗത്തെ പ്രശ്നങ്ങളെപ്പറ്റി വിശദമായ

ചർച്ചനടന്നു. കൃഷിക്കാരെ ഉണർത്താനും അവകാശബോധമു
ള്ളവരാക്കാനും യുക്തമായ ചില പരിപാടികൾക്കു രൂപംകൊടു
ത്തു.”

"എന്തൊക്കെ പരിപാടികൾ?"

"വാശ്, നുരി, മുക്കാൽ, നിർത്തൽ ചെയ്യുക.

10 ഇടങ്ങഴികൊള്ളുന്ന പറയ്ക്ക് വാരം അളക്കുക (13 ഇട
ങ്ങഴി കൊള്ളുന്ന പറയ്ക്ക് 10 എന്ന തോതിലാണ് അളന്നു
കൊണ്ടിരിക്കുന്നത്).

കൊടുത്തപാട്ടത്തിന് രശീതു നൽകുക. വെച്ചുകാണൽ,
തിരുമുൽ കാഴ്ച നിർത്തൽ ചെയ്യുക. പതിനൊന്നു പേരടങ്ങിയ
പ്രവർത്തകസമിതിയും രൂപീകരിച്ചു. സമിതിക്ക് ഭാരവാഹിയായി
വിഷ്ണു ഭാരതീയൻ പ്രസിഡന്റും കേരളീയൻ കാര്യദർശിയും.”

4

ചൂഷണത്തിനെതിരെ

"**കൃ**ഷിക്കാരെ ഉണർത്താനും അവകാശബോധമുള്ളവരാ ക്കാനും ഉള്ള ഒരു കർമപരിപാടിക്ക് രൂപംകൊടുത്ത കാര്യം സൂചി പ്പിച്ചുവല്ലോ."

"അതെ...."

"വിഷ്ണുഭാരതീയന്റെ വില്ലേജിൽ തന്നെയാണ് അതിന്റെ ആരംഭം. തെറ്റിനെ എതിർക്കുക, ശരിയേതെന്ന് മനസിലാക്കുക അതിനുള്ള ഒരു സമരം അവിടെ നടന്നു.

വിഷ്ണുഭാരതീയന്റെ വില്ലേജ് കൊളച്ചേരി. കൊളച്ചേരിയിലെ പ്രധാന ജന്മി കരുമാരത്ത് ഇല്ലത്ത് നമ്പൂതിരിപ്പാടായിരുന്നു.

കൊളച്ചേരി വില്ലേജിൽ അഞ്ചു ദേശം. കൊളച്ചേരി, പെരുമാച്ചേരി, പാട്ടയം, കമ്പിൽ, പാമ്പുരുത്തി.

നാടുമുഴുവൻ നമ്പൂതിരിയുടേത്. നീണ്ടുകിടക്കുന്ന കൃഷി ഭൂമി. കൃഷിഭൂമിക്ക് ഇരുവശത്തും തെങ്ങിൻ തോപ്പ്; മറ്റു ഫലവൃ ക്ഷങ്ങളും. നട്ടുനനച്ചുണ്ടാക്കുന്നത് കുടിയാന്മാരായ കൃഷിക്കാർ.

കൂട്ടുകാരേ, നിങ്ങൾക്ക് കാര്യം പിടികിട്ടിയോ? ഭൂമിയെല്ലാം ജന്മിയുടേത്, ഭൂമിയിലെ ദൈവമെന്നാണ് ജന്മിയെ വിളിക്കുക. അവർക്കെതിരായി ഒന്നും ചിന്തിക്കാൻപോലും പാടില്ല.

രാജ്യഭരണം ബ്രിട്ടീഷുകാരുടേത്. ഭരണത്തിന്റെ ഒത്താശ യെല്ലാം ജന്മിക്ക്. കൃഷിക്കാർ തികച്ചും പാവങ്ങൾ.

അന്നത്തെ പാവങ്ങളുടെ സ്ഥിതി ഇന്നു പറഞ്ഞാൽ ആർക്കും വിശ്വാസം വരില്ല."

"നെല്ലെല്ലാം പത്തായത്തിൽ
കല്ലരിയല്ലോ കരിക്കാടിക്."

"പാടത്ത് നെല്ല് വിളയിക്കുക. എല്ലാം തമ്പുരാന്റെ പത്തായ പ്പുരയിൽ നെല്ലറയിൽ നിറയ്ക്കുക. കൃഷിക്കാരന് വല്ലതും കിട്ടി യാലായി.

തെങ്ങ്, കമുങ്ങ്, കുരുമുളക് തുടങ്ങിയ ചമയങ്ങൾ നട്ടുന നച്ചുണ്ടാക്കുന്നത് കർഷകനാണ്. എന്നാൽ ഇവയ്ക്കൊന്നിനും കൃഷിക്കാരന് യാതൊരവകാശവുമില്ല.

രേഖ പ്രകാരമുള്ള യാതൊരു ലക്ഷ്യവും ഉണ്ടായിരുന്നില്ല.

നിലം ഏൽപ്പിക്കുന്നതും ഒഴിപ്പിക്കുന്നതുമെല്ലാം നിയമാനു സൃതമായിരുന്നില്ല. നമ്പൂതിരിയുടെ ഇഷ്ടംപോലെ.

ഇത്രയും കൊണ്ടായില്ല. ഇല്ലത്ത് കഥകളി നടക്കും, കൃഷി ക്കാർ കളിപ്പണം നൽകണം.

ഓരോ കൃഷിക്കാരനും നൽകേണ്ട തുക എത്രയാണെന്ന് കണക്കുണ്ട്. കാലാകാലങ്ങളിൽ അത് അടച്ചുകൊള്ളണം.

ചക്ക, മാങ്ങ, തേങ്ങ, വാഴക്കുല, എല്ലാം തമ്പുരാന് എത്തി ക്കണം."

"എത്തിച്ചില്ലെങ്കിലോ....?"

"എത്തിച്ചില്ലെങ്കിൽ ഇന്നു താമസിച്ച കൂരയിൽ നാളെ താമ സമുണ്ടാവില്ല. കടുത്ത ശിക്ഷതന്നെ അനുഭവിക്കേണ്ടിവരും.

ജന്മിക്ക് പണം കാഴ്ചവെക്കുന്നത് കടലാസ് ഉറുപ്പികയിൽ പറ്റില്ല. വെള്ളിനാണയമായിരിക്കണം. പൊലിത്തട്ടിൽ വിതറി മണിനാദമുണ്ടാക്കണം. മണിനാദം കേട്ടാൽ ജന്മി കുടിയാന്റെ മുഖത്തുനോക്കി ഒന്നു മന്ദഹസിക്കും."

മാഷ് തുടർന്നു: "തമ്പുരാനൊന്നു നോക്കിയാൽ, ഒന്നു മന്ദ ഹസിച്ചാൽ, എന്താ രാമാ എന്നുവിളിച്ചാൽ കുടിയാന് വലിയ ബഹുമതിയായി. അതിൽ ആത്മസംതൃപ്തികൊള്ളും.

കർഷകസംഘം ശക്തിപ്പെട്ടതോടെ ജന്മിക്കെതിരായ പോരാ ട്ടത്തിനും ശക്തികൂടി.

നമ്പൂതിരിയുടെ അക്രമത്തിനും പിടിച്ചുപറിക്കും ജനദ്രോ ഹത്തിനും എതിരായി ഒരു യോഗം സംഘടിപ്പിക്കാൻ നേതാ ക്കൾ നിശ്ചയിച്ചു. കേരളീയനും കെ പി ആർ ഗോപാലനും ഭാര തീയനും കെ പി ഗോപാലനും നേരത്തെ യോഗസ്ഥലത്തെത്തി. അമ്പതോളം കൃഷിക്കാർ വന്നെത്തിയിരുന്നു. ഈ വിവരം നാട്ടി

ലാകെ പ്രചരിച്ചിരുന്നു. നമ്പൂതിരി അശ്രു ഗൂടയുന്നതിനുള്ള ഒരു
ഫവും പെയ്തിരുന്നു.

നമ്പൂതിരിയുടെ സന്നദ്ധ ഭടന്മാർ കുറുവടിയും തലയിൽ
കെട്ടുമായി നിലയുറപ്പിച്ചിരുന്നു. എന്തിനും സന്നദ്ധമായാണ്
നിൽപ്പ്. അവർ മുപ്പതോളം പേർ വരും. മൈതാനിയിൽ കടന്നാൽ
തല്ലും എന്ന് ഗുണ്ടകൾ ഉറക്കെ വിളിച്ചുപറഞ്ഞുകൊണ്ടിരുന്നു.

'നിങ്ങൾക്കിവിടെ യാതൊരു യോഗവും കൂടാൻ അധികാരമില്ല. സ്ഥലം നമ്പൂതിരിയുടേതാണ്.'

'ഇവരെല്ലാം കൃഷിക്കാരാണ്. നമ്പൂതിരിയുടെ കുടിയാന്മാ രുമാണ്. മാത്രമല്ല, ഇവരും ജന്മിയുടെ ദ്രോഹം സഹിച്ചുകൊ ണ്ടിരിക്കുന്നവരുമാണെ'ന്ന് നേതാക്കൾ പറഞ്ഞു. ഗുണ്ടകൾ ശക്തിയായെതിർത്തു. ഒടുവിൽ തൽക്കാലം യോഗം ചേരേ ണ്ടെന്ന് നിശ്ചയിച്ച് എല്ലാവരും പിരിഞ്ഞുപോയി.

ദിവസങ്ങൾക്കുള്ളിൽ വീണ്ടും യോഗം വിളിച്ചുചേർത്തു. പക്ഷേ, അന്നും യോഗം നടത്തിയില്ല. മൂന്നാമതും യോഗം വിളി ച്ചു. നല്ല പ്രചരണം കൊടുത്തു. പറശ്ശിനിയിലെ പി എം ഗോപാ ലന്റെ നേതൃത്വത്തിൽ 75 പേർ പങ്കെടുത്തു. നല്ല കരുതലോടെ ആയിരുന്നു നീക്കം. അങ്ങനെ യോഗം നടന്നു.

നമ്പൂതിരിയുടെ അടുത്ത സിൽബന്തിയായ അമ്പുക്കുട്ടിയുടെ വളപ്പിൽ കുരുമുളക് പഴുത്തുനിൽക്കുന്നു. നമ്പൂതിരിക്ക് ഇത് ഒട്ടും സഹിച്ചില്ല. അതു പറിച്ച് ഇല്ലത്തെത്തിക്കാൻ കൽപ്പനയാ യി. അടുത്ത അനുയായികൾ അതു പറിച്ച് ഇല്ലത്തെത്തിച്ചു. അ മ്പുക്കുട്ടിയുടെ വളപ്പിൽ നിന്നാണ് കുരുമുളക് പറിച്ചുകൊണ്ടു പോയത്. അമ്പുക്കുട്ടിയാണെങ്കിൽ ഇല്ലത്തെ സ്വന്തം ആളുമാ ണ്. അമ്പുക്കുട്ടി നെടുവീർപ്പിട്ട് ഇരുന്നുപോയി. പ്രശ്നം ഭാരതീ യന്റെ മുമ്പിലെത്തി. ഇതു നല്ല അവസരം. ഭാരതീയൻ കേസ് കൊടുക്കാൻ ഉപദേശിച്ചു. അമ്പുക്കുട്ടി കേസ് ഫയൽ ചെയ്തു. ഭാരതീയനും കേരളീയനും സാക്ഷി.

കുരുമുളകു പറിക്കെതിരെ നാടുനീളെ പ്രചരണവും സമ രവും സംഘടിപ്പിച്ചു. അമ്പുക്കുട്ടി കേസിൽ വിജയിച്ചു.

ഇതിനിടയിൽ ഇളമ്പിലാങ്കണ്ണി ചെമ്മരത്തിയുടെ മുളകും പറിച്ചിരുന്നു. അന്നുതന്നെ പ്രതിഷേധയോഗവും സംഘടിപ്പി ച്ചു. ഭാരതീയനും കേരളീയനും സി ഒ അനന്തനും പ്രസംഗിച്ചു. അതിന്റെ ഫലമായി നഷ്ടപരിഹാരം പത്തുപറ നെല്ല് നമ്പൂതി രിയിൽനിന്നും വാങ്ങിക്കൊടുത്തു. അതോടെ സംഘത്തിന്റെ പ്രവർത്തനം ഉഷാറായി." മാഷ് നിർത്തി. കുട്ടികൾ ആവേശ ത്തിലായി.

"വളരെ നന്നായി. നമ്പൂതിരി ഒരു പാഠംപഠിക്കണം" കുട്ടി കൾ വിളിച്ചുപറഞ്ഞു.

കുട്ടികൾ ഒന്നിച്ച് മുദ്രാവാക്യം വിളിച്ചു, "കർഷകസംഘം സിന്ദാബാദ്! ജന്മിത്തം തുലയട്ടെ."

5

പറശ്ശിനിക്കടവ് സമ്മേളനം

"ആയിരത്തിത്തൊള്ളായിരത്തി മുപ്പത്തിയാറ് നവംബർ ഒന്ന്. കർഷകസംഘത്തിന്റെ ഒരു സ്പെഷ്യൽ സമ്മേളനം പറ ശ്ശിനിക്കടവ് കൊവ്വൽ എന്ന സ്ഥലത്ത് ചേരുന്നു. കണ്ണൂർ കേന്ദ്രീ കരിച്ചായിരുന്നു സമ്മേളനം. സമ്മേളനത്തിൽ കൃഷിക്കാരും തൊഴിലാളികളും പങ്കെടുത്തു. വമ്പിച്ച പ്രകടനവും ഉണ്ടായിരു ന്നു. കണ്ണൂർ ജില്ലയുടെ വിവിധ ഭാഗങ്ങളിൽനിന്ന് ആളുകൾ ഉണ്ടായിരുന്നു. ഏകദേശം അയ്യായിരത്തിൽപ്പരം ആളുകൾ പങ്കെ ടുത്തു. മുദ്രാവാക്യംവിളിയും പാട്ടും നാടൻകലാപരിപാടികളും ഉണ്ടായി."

"എന്താണ് മുദ്രാവാക്യം" ആതിര.

"കർഷകസംഘം സിന്ദാബാദ്! സാമ്രാജ്യത്വം തുലയട്ടെ! ജന്മി യുടെ അക്രമപ്പിരിവ് അവസാനിപ്പിക്കണം. ജന്മിയുടെ ദ്രോഹന ടപടികൾ അവസാനിപ്പിക്കണം." മാഷ് പറഞ്ഞു നിർത്തി. അശോ കൻ മുദ്രാവാക്യം ആവർത്തിച്ചു. കൂട്ടുകാർ ഏറ്റുവിളിച്ചു.

"ബാരിസ്റ്റർ എ കെ പിള്ളയാണ് പ്രമുഖ പ്രാസംഗികൻ."

"ആരാണീ എ കെ പിള്ള" രേഷ്മ.

"അറിയപ്പെടുന്ന പ്രമുഖ രാഷ്ട്രീയ നേതാവാണ് അദ്ദേഹം. സമ്മേളനത്തിൽ കൃഷിക്കാരുടെ പ്രശ്നങ്ങൾ ചർച്ചചെയ്തു. അടിമത്തം വെച്ചുപുലർത്തുന്ന സാഹചര്യങ്ങളും ഉപചാരങ്ങളും

സംബോധനകളും വർജിക്കുവാൻ സമ്മേളനം ആഹ്വാനം ചെയ്തു."

"എന്താണ് ആചാരങ്ങൾ, ഉപചാരങ്ങൾ" നീതു ചോദിച്ചു.

ഗോമതിയാണ് വിശദീകരണം നൽകിയത്; "മേൽജാതിക്കാ രോടു കീഴ്ജാതിക്കാർ പറയുന്ന ചില ഉപചാരവാക്കുകൾ ഉണ്ട്. അടിയൻ എന്നാണ് ഞാൻ എന്നതിനു പറയുക, കഞ്ഞി എന്ന തിനു കരിക്കാടി എന്നും. മേൽജാതിക്കാരുടെ വീട് കൊട്ടാരം, ബംഗ്ലാവ് എന്നൊക്കെയാണ്. കീഴ്ജാതിക്കാരുടേത് പുര, കൂര, ചാള. ജാതിക്കനുസരിച്ച് വാക്കുകൾ ഉപയോഗിക്കും."

സമ്മേളനം കൃഷിക്കാരുടെ രംഗത്ത് വമ്പിച്ച മാറ്റത്തിനു വഴി യൊരുക്കി. സമരങ്ങളും ഏറ്റുമുട്ടലുംകൊണ്ട് ജന്മിത്തം അവസാ നിക്കുകയില്ല. ജന്മിത്തം നിലനിൽക്കുകയും പ്രോത്സാഹിപ്പിക്കു കയും ചെയ്യുന്ന ബ്രിട്ടീഷ് ഭരണം അവസാനിപ്പിക്കണം.

"അതെ, ബ്രിട്ടീഷ് ഭരണം അവസാനിപ്പിക്കണം" സദ സ്സിൽനിന്നും പ്രതികരിച്ചു.

"അതിനിടയിലാണ് കിസാൻ സമ്മേളനം ബക്കളത്തുവച്ച് നടന്നത്. സമ്മേളനത്തിലേക്ക് കോട്ടയം താലൂക്കിലെ കൃഷിക്കാ രുടെ ജാഥ കണ്ണൂർ വഴിവന്നതും ബാന്റ് വാദ്യത്തോടെ മുദ്രാവാ ക്യം വിളിച്ചുപോകുന്നതും ഭാരതീയൻ കേട്ടു. ഭാരതീയൻ കണ്ണൂർ സെൻട്രൽ ജയിലിൽ കഴിയുകയായിരുന്നു.

ജന്മിയായ കരക്കാട്ടിടം നായനാർ കുടിയാനായ കുഞ്ഞപ്പ നമ്പ്യാർക്കെതിരെ കള്ളക്കേസ് കൊടുത്തു. ഈ കേസ് കോട തിയിൽ വാദിച്ചത് ഭാരതീയനാണ്. ജന്മിക്കെതിരെ കേസ് വാദി ച്ചതിന്റെ പേരിൽ ഭാരതീയനെ ശിക്ഷിക്കുകയായിരുന്നു. അങ്ങ നെയാണ് ജയിലിലെത്തിയത്.

കർഷകസംഘം കരിവെള്ളൂർ പ്രദേശത്തും ശക്തിപ്രാപി ച്ചിരുന്നു. സംഘം പ്രവർത്തനം മാത്രമല്ല യുവാക്കളുടെ ഒരു സംഘവും അവിടെ രൂപീകരിച്ചു. ബക്കളത്തെ കർഷകസമ്മേള നത്തെപ്പറ്റിയല്ലെ തുടങ്ങിയത് ആദ്യ സമ്മേളനം വാഗ്ഭടാനന്ദൻ ഉദ്ഘാടനം ചെയ്തു. മുഖ്യപ്രാസംഗികൻ ബാരിസ്റ്റർ രാഘവൻ നായർ.

സമ്മേളനത്തിൽ ജന്മിയെപ്പറ്റിയും ആചാരങ്ങളെപ്പറ്റിയും വിശദീകരിച്ചു; ചിറക്കൽ താലൂക്കിൽ വലിയജന്മി എള്ളേരഞ്ഞി

യിലെ സാമന്തൻ കരക്കാട്ടിടം നായനാരാണ്. ജന്മിയുടെ മുമ്പിൽ കർഷകർ ഹാജരാക്കുന്ന ഒരു രീതിയുണ്ട്; മുട്ടുമറയാത്ത ഉടുമുണ്ട്. രണ്ടാംമുണ്ട് കക്ഷത്തിൽ ഇറുക്കി, ഇടതുകൈ വലതുകക്ഷത്തിൽ തിരുകി, വലതുകൈകൊണ്ട് മുഖം മറച്ച്, നടുവളച്ച്, തല കുനിച്ച് കാൽ പിണച്ചുവേണം നിൽക്കാൻ, അതും മുറ്റത്ത് ദൂരെ."

"എങ്ങനെയെങ്ങനെ" ആതിരയാണ് ചോദിച്ചത് ഒപ്പം പലരും കൂടി.

ആരിഷ്: "രാഹുലൊന്നു തമ്പുരാന്റെ മുന്നിൽ നിന്നാട്ടെ."

"ജന്മിമാരുടെ ക്രൂരതകൾ പറഞ്ഞാൽ തീരില്ല. ഒരുദാഹരണം നോക്കുക: പയ്യാവൂരിൽ ഇടത്തരം നിവൃത്തിയുള്ള കുടിയാന്മാരുണ്ടായിരുന്നു. കൊട്ടയാടൻ രാമൻ വൈദ്യർ, അദ്ദേഹത്തിന് പുനംകൃഷി ധാരാളമുണ്ട്. മിച്ചം പൊലുവിനു കൊടുക്കും. കരക്കാട്ടിടത്തിലെ നായനാർക്ക് വൈദ്യരെ ഇഷ്ടമല്ല. ഒരുനാൾ വൈദ്യരുടെ ഭവനം കൈയേറി നെല്ല് കൊള്ള ചെയ്തുകൊണ്ടു പോയി. കൊണ്ടുപോയത് വാദ്യമേളത്തോടെ."

"എന്നിട്ടും ആരും തടഞ്ഞില്ലേ?" ഗോകുൽ.

"ആരു തടയാൻ" മാഷ് തുടർന്നു. "എള്ളരഞ്ഞിയിൽ ഒരു മഹാസമ്മേളനം നടന്നു. കടമ്പേരി, കാനൂൽ, ആന്തൂർ എന്നിവിടങ്ങളിൽനിന്നും ആളുകൾ പങ്കെടുത്തു. സമ്മേളനത്തിന്റെ ആഹ്വാനമായി.

അതിനുള്ള യജമാനന്റെ മറുപടി എന്താണെന്നോ, നിങ്ങളെ വെടിവെച്ചുകൊല്ലും. റഷ്യയിലേക്ക് വേഗം പോയിക്കൊള്ളണം. കള്ളന്മാരേ, കൊള്ളക്കാരേ, വേഗം റഷ്യയിലേക്ക് തിരിച്ചുപോവുക."

"എന്താ, കൃഷിക്കാർ റഷ്യയിൽനിന്ന് വന്നവരാണോ ഈ നാട്ടുകാരല്ലേ?"

"ഇതുപറയാൻ ഇവർക്കെന്തധികാരം" ജോസ്.

"പത്തെഴുപതുകൊല്ലം മുമ്പത്തെ സംഭവങ്ങളാണിതെല്ലാം" ഗോമതി.

"ഈ സ്ഥിതി എങ്ങനെ മാറ്റിയെടുത്തു? അതാണ് കർഷക സംഘത്തിന്റെ ചരിത്രം."

"നമുക്കൊരു നാട്ടുപാട്ടുപാടി അവസാനിപ്പിക്കാം" ഗോമതി എല്ലാവരെയും വിളിച്ചു.....

ഗോമതി പാടിക്കൊടുത്തു. എല്ലാവരും ഏറ്റുപാടി:
"നമ്മൾ ജനിച്ചുവളർന്ന നാട്
നമ്മൾ കനകം വിതച്ച നാട്
നമ്മൾക്കവകാശപ്പെട്ട നാട്
വെള്ളക്കാർ തട്ടിപ്പറിച്ചുവല്ലോ.
ഇരുനൂറുകൊല്ലമായ് വെള്ളക്കാർ
നമ്മുടെ നാട് ഭരിച്ചിടുന്നു.
അന്നാട്ടുകാരുടെ വാല്യക്കാർക്ക്
ഇന്നാട്ടിലുദ്യോഗമുണ്ടാക്കിടാൻ
കച്ചോടംചെയ്തു പിടിച്ചടക്കീട്ട്
നമ്മുടെ രക്തം വലിച്ചെടുത്തു.
ഇരുപത്തൊന്നായിരം വൈസ്രോയിക്ക്
മാസപ്പടി നമ്മൾ കൊടുത്തിടുന്നു."

6

ബ്രിട്ടീഷ് ഭരണം

"ബ്രിട്ടനാണ് നമ്മളെ അടിമകളാക്കിയത്. അവർ രാജ്യമാകെ പിടിച്ചെടുത്ത് കോളനിയാക്കി. ഇവിടെയുള്ള സമ്പത്തെല്ലാം അരിച്ചു പെറുക്കിക്കൊണ്ടുപോയി. എന്നിട്ടു ജനങ്ങളെ ദുരിത ത്തിലാക്കി.

യൂറോപ്പ് വൻകരയിൽപ്പെട്ട നാലുദ്വീപുകളാണ് ഇംഗ്ലണ്ട്, സ്കോട്ട്ലന്റ്, അയർലന്റ്, വെയിൽസ്.

അതിന്റെ ഭരണാധികാരി ബ്രിട്ടീഷ് ചക്രവർത്തി. അവർക്ക് കറുത്തവരെ അവജ്ഞയാണ്. അവർ ലോകത്തിലെ മിക്ക രാജ്യങ്ങളും കീഴടക്കി, ജനങ്ങളെ തങ്ങളുടെ അധീനതയിലാ ക്കി, ഭരണാധികാരികളായി.

ബ്രിട്ടീഷ് സാമ്രാജ്യത്വം സൂര്യനസ്തമിക്കാത്ത നാടെന്നാണ് പറയുക. അതിന്റെ അധീശൻ ചക്രവർത്തി."

"അതെങ്ങനെ" ആര്യയാണ് ചോദിച്ചത്. "സൂര്യൻ കിഴക്കു നിന്ന് പടിഞ്ഞാറു സഞ്ചരിക്കുന്നു." ഉണ്ണി

"സൂര്യൻ സഞ്ചരിക്കുകയല്ല ഭൂമിയാണ് സഞ്ചരിക്കുന്നത്. ഭൂമി തന്നത്താൻ തിരിയുന്നു. ഒപ്പം സൂര്യനെ പ്രദക്ഷിണം വെക്കു കയും ചെയ്യുന്നു.

ഭൂമി തന്നത്താൻ തിരിയുന്നതിൽ ഒരുഭാഗത്ത് പ്രകാശം തട്ടു ന്നു. അതിനെ സൂര്യൻ ഉദിക്കുന്നു എന്നു പറയുന്നു. പിന്നീടു

സൂര്യന്റെ പ്രകാശം മറഞ്ഞുപോകുന്നു. അതിനെ അസ്തമയം എന്നും പറയും. സൂര്യപ്രകാശം കാണുന്നതുമുതൽ മറയുന്ന തുവരെയുള്ള ഭൂഭാഗം ബ്രിട്ടീഷുകാരുടേതു തന്നെ. അതു കൊണ്ടു സൂര്യനസ്തമിക്കാത്ത രാജ്യത്തിന്റെ ഭരണകർത്താവ് എന്നു പറയുന്നു."

"ഭൂമിമാത്രമല്ല, പ്രപഞ്ചത്തിലെ സർവതും ചലിച്ചുകൊണ്ടി രിക്കുന്നു" നാദിയ.

"സൂര്യനും നക്ഷത്രങ്ങളും എല്ലാം നിരന്തരം ചലിച്ചുകൊ ണ്ടിരിക്കുന്നു. വട്ടം കറങ്ങിക്കൊണ്ടിരിക്കുന്നു" രാഹുൽ.

"നിങ്ങളൊന്നു ഓർത്തു നോക്കൂ. എല്ലാത്തിന്റെയും സ്വയം കറക്കവും വട്ടംകറങ്ങലും. ഒരു സംഘനൃത്തം. നമുക്കും അങ്ങനെ കറങ്ങിനോക്കാം. നല്ല രസമായിരിക്കും!"

"ഇവിടെയൊരു പ്രപഞ്ചനിയമമുണ്ട്" ഗോമതിയാണ് പറഞ്ഞ ത്. "എല്ലാം ചലിച്ചുകൊണ്ടിരിക്കുന്നു. എല്ലാം മാറ്റത്തിനു വിധേ യമാണ്."

"ചലനം ചലനം സർവത്ര
മാറ്റം മാറ്റം സർവത്ര
മാറ്റമില്ലാതൊന്നേയുള്ളൂ
മാറ്റം മാത്രം മാറ്റം മാത്രം."

ചിത്ര എഴുന്നേറ്റുനിന്ന് മുദ്രാവാക്യം വിളിച്ചുകൊടുത്തു. കൂട്ടു കാർ ഏറ്റുവിളിച്ചു.

"നമ്മൾ എന്താണ് പറഞ്ഞത്" മാഷ് ഇടപെട്ടു.

"ബ്രിട്ടൻ ഒരു സാമ്രാജ്യത്വശക്തി. അധികാരവും സമ്പത്തും ബ്രിട്ടന്റേത്."

"ഇതെങ്ങനെ സാധിച്ചു?" വരുൺ.

"മാഷ് പറയട്ടെ, ആരും ഇടയ്ക്കു പറയണ്ട."

"കുരുമുളക്, ഏലം തുടങ്ങിയ സുഗന്ധ ദ്രവ്യങ്ങൾ വെള്ള ക്കാർക്ക് നല്ല പ്രിയമാണ്. കേരളത്തിൽ ഇവ നല്ലവണ്ണം വിളയു ന്നു. അറബികളായിരുന്നു ഇവ എത്തിച്ചുകൊടുത്തത്. അറബി കൾ നല്ല ലാഭം കൊയ്തിരുന്നു. ഇടത്തട്ടുകാരെ ഒഴിവാക്കി ആ ലാഭം തങ്ങൾക്കെടുക്കാൻ മോഹിച്ചു.

സൂത്രശാലികളാണ് വെള്ളക്കാർ. കണ്ണഞ്ചിപ്പിക്കുന്ന വസ്തു ക്കൾ കാഴ്ചവെച്ചു നാട്ടുരാജാക്കന്മാരെ പാട്ടിലാക്കി. പോരാതെ

നാട്ടുരാജാക്കന്മാർ അനൈക്യത്തിലും അടിമബോധത്തിലും
കഴിഞ്ഞുകൂടുന്നവരായിരുന്നു. അതെല്ലാംകൊണ്ട് അധികാരം
കൈക്കലാക്കാൻ അധികകാലം വേണ്ടിവന്നില്ല.

അന്ന് ഇന്ത്യയിലെ പ്രധാന ഭരണാധികാരി മുഗളന്മാരായി
രുന്നു" കൂടുതൽ വിശദീകരിച്ചാൽ ഇതൊക്കെ ഇന്ത്യൻ ചരിത്ര

മാകും. വെള്ളക്കാർ രാജാവിനെ കണ്ടു വന്ദിച്ചു. സൗഹൃദപൂർണ മായ സംഭാഷണം. വ്യാപാരികൾക്ക് കച്ചവടത്തിനു സമ്മതം കൊടുത്തു.

പാണ്ടികശാല പണിതു. ചരക്കുകൾ വാരിക്കൂട്ടി. ഏലം, ഇല വങ്ങം, കുരുമുളക്, പട്ട്, പരുത്തി. ......ബ്രിട്ടനിൽ ആവശ്യമുള്ള സാധനങ്ങൾ.

ഇന്ത്യയിലെ സാധനങ്ങളെല്ലാം അവർ കൊണ്ടുപോയി. അവിടെയുള്ള സാധനങ്ങൾ ഇന്ത്യയിൽ കൊണ്ടുവന്ന് അമിത വിലയ്ക്ക് വിറ്റു.”

“നികുതി പിരിച്ചും സമ്പത്ത് കടത്തിയും ഇന്ത്യയെ പാപ്പ രാക്കി” റംലത്ത് പറഞ്ഞു.

“മാത്രമോ? ഭരണം വെള്ളക്കാരൻ സായിപ്പിന്റെതാവുകയും ചെയ്തു.”

“ഭരണമെന്തിനാ അവർക്ക് കൊടുത്തത്?”

“ഭരണം കൊടുക്കണോ, അവർ സമർഥമായി കയ്യടക്കുക യായിരുന്നു.

നാടിന്റെ സ്വാതന്ത്ര്യം നമ്മൾതന്നെ പണയപ്പെടുത്തുകയാ യിരുന്നു.

രാജ്യത്തിലെ സമ്പത്തെല്ലാം സായിപ്പന്മാർ കടത്തിക്കൊണ്ടു പോയി. ഇന്ത്യ പാപ്പരായി. കൃഷിക്കാർ പട്ടിണിയിലായി. ജന ങ്ങൾക്ക് തൊഴിലില്ലാതായി, പരമദാരിദ്ര്യം, ജീവിക്കാൻ വഴിയി ല്ല. ഇതിനെതിരെ പ്രതികരിച്ചാൽ കടുത്തശിക്ഷ. എന്തിനും കുറ്റം, കേസ്, മർദനം, ജയിൽ.

ബ്രിട്ടീഷ് സായിപ്പിന്റെ ഭരണം. അവരുടെ നിയമം, അവ രുടെ കൽപ്പന, അവരുടെ പൊലീസ്, പട്ടാളം, അവരുടേതുതന്നെ കോടതിയും. ജയിലും കൊലമരവും എല്ലാം അവരുടേത്.

സായിപ്പിന്റെ ഈ ദുഷ്ടചെയ്തികളെ എതിർത്തവരുമുണ്ടാ യിരുന്നു.

പഴശ്ശിരാജ അതിൽ മുന്നിട്ടുനിൽക്കുന്നു.

ഒടുവിൽ പഴശ്ശിരാജയ്ക്കും പരാജയം സംഭവിച്ചു. എങ്കിലും സ്വാതന്ത്ര്യമെന്നത് ഇന്ത്യക്കാരുടെ ജന്മാവകാശമായി കൊണ്ടു നടന്നു. അതിനുവേണ്ടി പോരാടി വിജയം വരിക്കുകയും ചെയ്തു.

ഒരു സ്വാതന്ത്ര്യദിനാഘോഷവേളയിൽ മഹാകവി ജി ശങ്കര
ക്കുറുപ്പ് എഴുതിയ വരികൾ ഓർമയിൽ വരികയാണ്.

'ഹാ! മറന്നുവോ നിങ്ങ
ളെൻ നാട്ടുകാരേ, കൈകാ–
ലാമത്തിൽ, ജന്മം ലജ്ജാ
ഭാരത്തിൽ ഞെരിഞ്ഞനാൾ!' ഇനി നമ്മുടെ മാതൃഭൂമി പാര
തന്ത്ര്യത്തിലേക്കു പോകരുത്, കവി സൂചിപ്പിക്കുകയാണ്.

അസ്വാതന്ത്ര്യത്തിന്റെ പരാധീനത! അനുഭവിക്കേണ്ടിവന്ന
കഷ്ടപ്പാടുകൾ! അതിഭീകരം തന്നെയായിരുന്നു."

കൂട്ടുകാരെല്ലാം നിശ്ശബ്ദരായി. വലിയ, ആലോചനയിലാണെ
ല്ലാവരും. അതിനു വിരാമമിട്ടതു ഗോമതിയാണ്.

"ഇതാ വീണ്ടും അടിമത്തത്തിലേക്കു നീങ്ങുന്നു. പണ്ടു കച്ച
വടത്തിനു വന്നു, ഭരണാധികാരികളായി, നമ്മളെ അടിമകളാക്കി,
ഇപ്പോൾ നമ്മുടെ ഭരണകർത്താക്കൾ തന്നെ രാജ്യത്തെ അടിമ
ത്തത്തിലേക്ക് നയിക്കുന്നു.

അമേരിക്കൻ സാമ്രാജ്യത്വത്തിന് ഇന്ത്യ അടിക്കടി കീഴടങ്ങു
കയാണ്. ഇതേനില തുടർന്നാൽ ഭാവിയിൽ ഇന്ത്യ അമേരിക്ക
യുടെ കോളനിയാകും."

"ഇനി കോളനിയാകുമോ!"

"അമേരിക്കയുടെ ചൊൽപ്പടിക്ക് ഇന്ത്യ കീഴ്പ്പെടേണ്ടിവരും
എന്നർഥം. ഇന്ത്യയിൽ അതിശക്തമായ ഒരു ബദൽ ശക്തി
ഉയർന്നുവരുന്നുണ്ട്. പുരോഗമനശക്തി! ആ ശക്തി അടിമത്ത
ത്തിലേക്ക് നീങ്ങാതെ ഇന്ത്യയെ രക്ഷപ്പെടുത്തും."

7
വിഷ്ണു ഭാരതീയൻ

"മലബാറിൽ കൃഷിക്കാരുടെ സംഘം രൂപംകൊള്ളുന്നത് വിഷ്ണു ഭാരതീയന്റെ വീട്ടിലാണല്ലോ" ഗോമതി തുടങ്ങി.

"എവിടെയാ വിഷ്ണുഭാരതീയന്റെ വീട്" സ്നേഹ.

"പഴയ ചിറയ്ക്കൽ താലൂക്കിൽ, കൊളച്ചേരി വില്ലേജിൽ. വള പട്ടണം പുഴ വില്ലേജിന്റെ ഒരോരം തലോടിപ്പോകുന്നു. പറശ്ശിനി മടപ്പുരയുടെ കിഴക്ക് പുഴയിൽ കെട്ടിയിറക്കിയ കൽപ്പടവുക ളിൽനിന്നു നോക്കിയാൽ നുണിയൂര്.

പുഴയുടെ അക്കരവയൽക്കരയിൽ തെങ്ങിൻ തോപ്പ്. തെങ്ങോലപ്പഴുതിലൂടെ കാണുന്നത് ഭാരതീയന്റെ വീട് ഭാരതീ യം.

ഭാരതീയന്റെ ശരിയായ പേര് വിഷ്ണു നമ്പീശൻ എന്നാ ണ്. അമ്മ വയക്കോത്ത് മൂലക്കൽ മഠത്തിൽ കല്യാണി അമ്മ. അച്ഛൻ, കൊയിപ്പത്ത് ആണ്ട്യാപള്ളി ഈശ്വരൻ നമ്പീശൻ.

ജനനം 1892 സെപ്തംബർ 6 ന്. കൊല്ലവർഷം 1067 ചിങ്ങ മാസം 23 ന്.

വിഷ്ണുനമ്പീശൻ സ്കൂൾമുറ്റം കണ്ടിട്ടേയില്ല. സർക്കാർ റിക്കാർഡിൽ വിഷ്ണു വിദ്യാശൂന്യനാണ്. അച്ഛനിൽനിന്നാണ് അക്ഷരം അറിഞ്ഞത്. പക്ഷേ, അച്ഛൻ വിഷ്ണുവിന്റെ അഞ്ചാം വയസിൽ മരിച്ചു. അമ്മാവന്മാരാണ് പഠനത്തിൽ ഗുരുനാഥന്മാ

രായത്. മലയാളം, സംസ്കൃതം, കാവ്യം, നാടകം, എല്ലാം പഠി
ച്ചു; കൂടാതെ വൈദ്യവും.

വിഷ്ണു ഭാരതീയൻ മഹാഭക്തനായിരുന്നു. *ഭഗവത്ഗീത*
എന്നും വായിക്കും. *ഭാഗവതം, മഹാഭാരതം* തുടങ്ങിയ പുസ്ത
കങ്ങളും വായിക്കുമായിരുന്നു.

ഭാരതീയന് ചില ആദർശങ്ങളൊക്കെയുണ്ട്. ഭൂതദയ, കർത്ത
വ്യം, ഭൂരിപക്ഷ സുഖം, ഭൂരിപക്ഷ ഹിതം എന്നിവ ഭാരതീയൻ
മനസിൽ കൊണ്ടുനടക്കും.

'പരദ്രോഹം പാപമെന്നും
പരോപകാരം പുണ്യമെന്നും'

അദ്ദേഹത്തിന്റെ മുദ്രാവാക്യമാണ്. നിർഭയത്വം പുരുഷ ലക്ഷ
ണമായി കരുതി. അക്രമത്തിനും അനീതിക്കും അടിമപ്പെടുകയി
ല്ല. ന്യായത്തിനും ധർമത്തിനും സത്യത്തിനും വേണ്ടി പൊരു
തും.

'ഒരു യഥാർഥ സാമൂഹ്യപ്രവർത്തകന്' ഉണ്ടാകേണ്ട ഗുണ
ങ്ങൾ ഭാരതീയനിൽ പ്രകടമായിരുന്നു. നമ്മളിലും അത്തരം ഗുണ
ങ്ങളുണ്ടാവണം." കുട്ടികൾ പറഞ്ഞു: "അതെ നമ്മളും പരോപ
കാരികളാകണം."

"പരദ്രോഹം പാപകരം
പരോപകാരം പുണ്യം"

കൂട്ടുകാർ വിളിച്ചു.

"ഭാരതീയൻ ഗാന്ധിജിയുടെ നിസ്സഹകരണ പ്രസ്ഥാനത്തിൽ
ആകൃഷ്ടനായി. ലോകമാന്യബാലഗംഗാധര തിലകൻ, ആനി
ബസന്റ്, ഹോം റൂൾ പ്രസ്ഥാനം, പുത്രികാ രാജ്യപദവി, സ്വാത
ന്ത്ര്യം ഇവയെപ്പറ്റിയെല്ലാം അറിയാനും പഠിപ്പിക്കാനും തിടുക്കം
കാണിച്ചു.

1919 ൽ ഒരുനാൾ ഭാരതീയൻ കുഞ്ഞിമംഗലത്തേക്ക് പോവു
കയ്യാനിരുന്നു. തളിപ്പറമ്പിൽ പൊതുയോഗമുണ്ട്. അതിലും പങ്കെ
ടുക്കണം. മൊണ്ടേഗുചെംസ് ഫോഡ് ഭരണപരിഷ്കാരം നമുക്ക്
സ്വീകാര്യമല്ല. ഭീമഹർജി തയാറാക്കി ലണ്ടനിൽ ഇന്ത്യാ സെക്ര
ട്ടറിക്ക് നൽകണം. അതുമായി ബന്ധപ്പെട്ടാണ് പൊതുയോഗം.

യോഗത്തിൽ ഒരു ചെറിയ പുസ്തകം വിൽപ്പനയ്ക്കുണ്ട്,
തിലകന്റെ ജീവചരിത്ര സംക്ഷേപം. ഭാരതീയൻ നാലണകൊ
ടുത്ത് പുസ്തകം വാങ്ങി.

ത്യാഗസന്നദ്ധത, ഏതാപത്തിൽപ്പെട്ടാലും പിന്നോക്കം മാറാത്ത മനോദാർഢ്യം, കൂസലില്ലായ്മ, ശാസ്ത്രസിദ്ധാന്തജ്ഞാനം, സ്വരാജ്യസ്നേഹം ഇവയെല്ലാം തിലകന്റെ ജീവചരിത്രത്തിൽനിന്നും ഭാരതീയൻ ഉൾക്കൊണ്ടു.

1928 ൽ കേരള സംസ്ഥാന കോൺഗ്രസ് സമ്മേളനം പയ്യന്നൂരിൽ നടക്കുകയാണ്. പണ്ഡിറ്റ് ജവഹർലാൽ നെഹ്റു, മഞ്ചേരി രാമയ്യർ, യു ഗോപാലമേനോൻ, കെ കേളപ്പൻ, നീലേശ്വരം രാജ, കേശവപുലയനാർ ഇവരെല്ലാം പങ്കെടുക്കുന്നു. സമ്മേളനത്തിൽ ഭാരതീയൻ പങ്കെടുത്തു.

സമ്മേളനത്തിൽ പണ്ഡിറ്റ് ജവഹർലാൽ നെഹ്റുവായിരുന്നു അധ്യക്ഷൻ. സമ്മേളനം ഒരു ആവേശകരമായ ഒരു പ്രമേയം അവതരിപ്പിച്ചു. 'പരിപൂർണമായ സ്വാതന്ത്ര്യമാണ് ഇന്ത്യ ആവശ്യപ്പെടുന്നത്.' പ്രമേയം ആയിരങ്ങളുടെ ഹർഷാരവങ്ങളോടെ അംഗീകരിച്ചു. എന്നിട്ടും എത്രവർഷം കഴിഞ്ഞാണ് സ്വാതന്ത്ര്യം കൈവന്നത്.

ഈ സമ്മേളനം ഭാരതീയനിൽ വലിയ മാറ്റം ഉണ്ടാക്കി. അതോടെ ഭാരതീയൻ രാഷ്ട്രീയ പ്രചാരകൻ എന്നു സ്വയം വിശേഷിപ്പിച്ചു. ബ്രിട്ടീഷ് ഭരണം, ജന്മിത്തം, നാടുവാഴിത്തം, മതാന്ധത്വം ഇവയോടു വിട്ടുവീഴ്ചയില്ലാത്ത പോരാട്ടം നടത്തുമെന്ന് ഭാരതീയൻ ശപഥം ചെയ്തു.

മാഷ് തുടർന്നു: ഖാദിവസ്ത്രധാരണം, അയിത്തോച്ചാടനം, മദ്യവർജനം എന്നിവയിലും ഏർപ്പെട്ടു.

വ്യക്തി എന്ന നിലയിൽ വിഷ്ണു ഭാരതീയനെപ്പറ്റി ഒന്നു രണ്ടു കാര്യങ്ങൾകൂടി പറയാം.

ഉപ്പുസത്യഗ്രഹത്തെപ്പറ്റിയും കള്ളുഷാപ്പുപിക്കറ്റിങ്ങിനെപ്പറ്റിയും പറയുമ്പോൾ വിഷ്ണു ഭാരതീയനെ ആദ്യം ഓർത്തുപോകും. ദേശീയപ്രസ്ഥാനത്തിന്റെ പ്രധാന സമരമുറകളായിരുന്നു അവയെല്ലാം."

"ഉപ്പു സത്യഗ്രഹം എന്നു പറഞ്ഞാൽ എന്താണ്?" നിഖിലിന്റേതായിരുന്നു ചോദ്യം.

"ഉപ്പുസത്യഗ്രഹ കഥ വളരെ ആവേശകരമാണ്. ഇന്ത്യക്ക് സ്വാതന്ത്ര്യം അനുവദിക്കണം. നിശ്ചിത തീയതിക്കു ബ്രിട്ടീഷ് പാർലമെന്റ് തീരുമാനമെടുക്കണം. തീരുമാനമെടുക്കാത്തപക്ഷം

പ്രതിഷേധ സൂചകമായി ഞങ്ങൾ നിയമം ലംഘിക്കും. മഹാ ത്മാഗാന്ധി രേഖാമൂലം വൈസ്രോയിയെ അറിയിച്ചു. എന്നാൽ മറുപടി അനുകൂലമായിരുന്നില്ല. ഈ ഘട്ടത്തിലാണ് ഗാന്ധിജി ഉപ്പ് സത്യഗ്രഹത്തിന് തുടക്കം കുറിച്ചത്. ഉപ്പ് മനുഷ്യർക്കെല്ലാം ആവശ്യമാണ്. കുടിൽതൊട്ട് കൊട്ടാരംവരെ ഉപ്പ് ഒഴിച്ചുകൂടാൻ പറ്റാത്ത വസ്തുവാണ്. ദരിദ്രനോ ധനികനോ ഇതിന്റെ ഉപയോഗ ത്തിൽ വ്യത്യസ്തരല്ല. അതിനാൽ ഉപ്പുനിയമം ലംഘിക്കുവാൻ ആഹ്വാനം ചെയ്തു.”

“എന്താണ് ഉപ്പു നിയമം?”

“ബ്രിട്ടനിൽനിന്ന് ഇറക്കുമതി ചെയ്യുന്ന ഉപ്പുമാത്രമേ ഉപ യോഗിക്കാൻ പാടുള്ളൂ. ഉപ്പുവെള്ളമെടുത്ത് കുറുക്കിക്കിട്ടുന്ന ഉപ്പെടുത്ത് ഉപയോഗിക്കാൻ പാടില്ല. ബ്രിട്ടനിൽനിന്നും വരുന്ന ഉപ്പ് ചെലവാക്കണം.” അതുകൊണ്ട് ഇന്ത്യയിൽ കുറുക്കിയെടു ക്കുന്ന ഉപ്പ് നിയമംമൂലം നിരോധിച്ചു. ആ നിയമത്തെ ലംഘി ക്കുക, എല്ലാ വിഭാഗം ജനങ്ങളിലും ആവേശമായി.

സ്വാതന്ത്ര്യ സമര ചരിത്രത്തിൽ അത്യുജ്ജ്വലമായ അധ്യായ മാണ് ഉപ്പുനിയമ ലംഘന പരിപാടി.

ഗാന്ധിജിയുടെ നേതൃത്വത്തിൽ ദണ്ഡി കടപ്പുറത്തുവെച്ച് ഉപ്പുനിയമം ലംഘിക്കുകയായിരുന്നു.

കേരളത്തിൽ പയ്യന്നൂർ ഉളിയത്ത് കടവിലായിരുന്നു സമരം. കെ കേളപ്പന്റെ നേതൃത്വത്തിൽ കോഴിക്കോട്ടുനിന്ന് ഉപ്പുസത്യ ഗ്രഹ ജാഥ പുറപ്പെട്ടു. പി കൃഷ്ണപിള്ള, ടി സുബ്രഹ്മണ്യൻ തിരുമുമ്പ്, ശ്രീകണ്ഠപൊതുവാൾ, കെ മാധവൻ, കുറൂർ നീലക ണ്ഠൻ നമ്പൂതിരിപ്പാട് തുടങ്ങി 19 പേർ ജാഥയിൽ ഉണ്ടായിരു ന്നു. വഴിയിൽ പലയിടത്തും ജാഥയ്ക്കു സ്വീകരണം നൽകി. ഒടുവിൽ പയ്യന്നൂരിലെത്തി നിയമം ലംഘിക്കുകയായിരുന്നു. പയ്യ ന്നൂരിലെ സമരത്തിനുശേഷം കുഞ്ഞിമംഗലത്തും രാമന്തളിയിലും സമരം നടന്നു.

മുഹമ്മദ് അബ്ദുറഹിമാൻ സാഹേബിന്റെ നേതൃത്വത്തിൽ കോഴിക്കോട്ടുനിന്നുതന്നെ മറ്റൊരു ജാഥയും പാലക്കാട്ടുനിന്ന് ടി ആർ കൃഷ്ണസ്വാമിഅയ്യരുടെ നേതൃത്വത്തിൽ മറ്റൊരു ജാഥയും പയ്യന്നൂരിലേക്ക് പുറപ്പെട്ടു. ദേശീയ പാതയിൽ മുദ്രാ

വാക്യം വിളിയും സ്വാതന്ത്ര്യസമരഗീതങ്ങളും അലയടിച്ചു. അംശി നാരായണപിള്ളയുടെ ഗാനമാണവർ ആലപിച്ചത്.

'വരിക വരിക സഹജരേ,

വലിയ സഹനസമരമായ്

കരളുറച്ച് കൈകൾ കോർത്ത്

കാൽനടയ്ക്ക് പോകനാം....'

'ഉപ്പു കുറുക്കിയതുകൊണ്ട് സ്വാതന്ത്ര്യം കിട്ടുമോ' എന്ന് പൊലീസ് ചോദിച്ചിരുന്നു.

'സ്വാതന്ത്ര്യം കിട്ടുമെന്നാണ് ഞങ്ങളുടെ വിശ്വാസം' ഭാര തീയന്റെ മറുപടി.

സ്വാതന്ത്ര്യ സമരത്തിൽ ജനങ്ങളിലാകെ കൗതുകമുണ്ടാ ക്കിയ ഒരു സമരമുറയായിരുന്നു മദ്യഷാപ്പ് പിക്കറ്റിങ്.

വളണ്ടിയർമാർ പല സ്ഥലത്തും മദ്യഷാപ്പ് പിക്കറ്റ് ചെയ്തു; ഖദറിന്റെ മുണ്ട്, ഖദറിന്റെ ഫുൾകൈ ഷർട്ട്, തലയിൽ ഖാദി യുടെ തൊപ്പി. വളണ്ടിയർമാർ മദ്യവിൽപ്പന തടഞ്ഞു. കുടിക്കാൻ വരുന്നവരെ മദ്യത്തിന്റെ ദൂഷ്യവശങ്ങൾ പറഞ്ഞുകൊടുത്തു പറ ഞ്ഞയച്ചു.

കുന്നിന്റെ മുകളിൽ ഒരു കള്ളുഷാപ്പുണ്ടായിരുന്നു. ഭാരതീ യനും വളണ്ടിയർമാരും അവിടേക്കു ചെന്ന് പിക്കറ്റിങ് നടത്തി.

ഷാപ്പുടമ കള്ളും ഭരണിയും ഭാരതീയന്റെ തലയിൽ എടു ത്തൊഴിച്ചു.

നാറിപ്പുളിച്ച കള്ള് ഭാരതീയന്റെ തലയിലും ഗാന്ധിത്തൊ പ്പിയിലും മുഖത്തും ദേഹമാസകലവും ഒഴുകാൻ തുടങ്ങി. മുഖ ത്തിലൂടെ ഒഴുകിയ കള്ള് ചുണ്ടിലും പതിച്ചു. കള്ളിന്റെ രസം ഭാരതീയനും അറിഞ്ഞു.

കൂട്ടുകാർ കൈകൊട്ടി ചിരിച്ചു. കള്ള് രുചിച്ചകാര്യം നാട്ടി ലാകെ പരസ്യമായി. സമുദായത്തിലാകെ അറിഞ്ഞു. ഭാരതീയനെ സമുദായത്തിൽനിന്നും പുറത്താക്കാനുള്ള വിധിവന്നു. ജാതി യില്ല, മതവ്യത്യാസമില്ല, എവിടുന്നു കിട്ടിയാലും ഭക്ഷണം കഴി ക്കും. ജയിലിൽ കിടന്നു. കള്ളു രുചിച്ചു. ഭാരതീയൻ സമുദായ ത്തിൽനിന്ന് പുറത്ത്.

കള്ളുഷാപ്പു പിക്കറ്റിങ് ഒരിടത്ത് മാത്രമല്ല പലയിടത്തും നടന്നു. കള്ളുകുടിക്കുന്നവരും ഷാപ്പുടമയും വളണ്ടിയർമാരെ എതിർത്തു.

സ്വാതന്ത്ര്യസമര വളണ്ടിയർ തികച്ചും സമാധാനപരമായ സഹന സമരം നടത്തുന്നവരാണ്. അതുകൊണ്ടുതന്നെ ഓരോ സ്ഥലത്തുനിന്നുമുള്ള ചീത്തയും മർദനവും മദ്യഭിഷേകവും സഹിച്ചു തിരിച്ചുപോകുമായിരുന്നു.

സമുദായം ഭാരതീയന് ഭ്രഷ്ട് കൽപ്പിച്ചുവെങ്കിലും അദ്ദേഹം ഒട്ടും കുലുങ്ങിയില്ല.

കൂടുതൽ കരുത്തനായി രാഷ്ട്രീയ കാര്യങ്ങളിൽ മുഴുവൻ സമയപ്രവർത്തകനായി മാറി.”

“കാരാഗൃഹം എന്നു കേട്ടിട്ടുണ്ടോ” മാഷ് ചോദ്യമിട്ടു. രമാ ദേവിയാണ് മറുപടി പറഞ്ഞത്.

“പുരാണകഥയിൽ കേട്ടിട്ടുണ്ട്. ശ്രീകൃഷ്ണന്റെ അമ്മ ദേവ കിയെ സഹോദരനും രാജാവുമായ കംസൻ കാരാഗൃഹത്തിലട ച്ചതായി കേട്ടിട്ടുണ്ട്.”

“കാരാഗൃഹം എന്നു പറഞ്ഞാൽ ജയിൽ. കള്ളന്മാരെയും കൊള്ളക്കാരെയും പാർപ്പിക്കുന്ന സ്ഥലം.”

“രാഷ്ട്രീയ തടവുകാരെയും പാർപ്പിക്കും. സ്വാതന്ത്ര്യ സമ രപോരാളികളെയും.”

“അതെ, മൊറാഴ സംഭവത്തിൽ പങ്കെടുത്തു എന്നുപറയുന്ന പ്രതികളെയും ജയിലിലടച്ചു. വിഷ്ണു ഭാരതീയന്റെ ജീവചരി ത്രത്തിൽ അതെല്ലാം പറയുന്നുണ്ട്. ഒരു ശീലത്തലയണ. ശീലത്ത ലയണ എന്നു പറഞ്ഞാൽ നിങ്ങൾക്ക് മനസിലായോ? തുണിത്തലയണ എന്നാണർഥം.

തുരുമ്പു പിടിച്ച ചൂടിപ്പായ
പഴക്കംചെന്ന ഒരു കമ്പിളി
തലയിൽ വെക്കാൻ ഒരു തൊപ്പി.

മനുഷ്യനെ വിരൂപനാക്കുന്ന ഒരു തൊപ്പി എന്നാണ് വിഷ്ണു ഭാരതീയൻ രേഖപ്പെടുത്തിയത്.

ഒരു ട്രൗസർ.
കൗപീനം.”

കൗപീനം എന്നു കേട്ട് കുട്ടികൾ ചിരിച്ചു. “പണ്ടുകാലത്തെ

ഒരു വസ്ത്രരീതിയാണിത്. പണ്ടുകാലത്തെ ഏകവസ്ത്രം. കർണാ
ടകത്തിലും തമിഴ്നാട്ടിലും ഇപ്പോഴും കാണാം.

ഒരു ഷർട്ട്, ഒരു തോർത്ത്, ഒരു കിണ്ണം, ഒരു കുറ്റി, ഒരു മൂത്ര
ച്ചട്ടി. ഇത്രയും ഒരു ജയിൽപ്പുള്ളിക്ക് അനുവദിക്കും. കഠിനജയി
ലാണെങ്കിൽ ഒരു സെല്ലിൽ ഒരാളേ ഉണ്ടാകൂ. അല്ലെങ്കിൽ ഒന്നി
ലധികം പേരുണ്ടാവും.

1931 ലാണ് സ്വാതന്ത്ര്യ സമരകാര്യങ്ങളെ സംബന്ധിച്ചു
സംഭാഷണം നടത്താൻ മഹാത്മാഗാന്ധിയെ ഇംഗ്ലണ്ടിലേക്ക്
ക്ഷണിച്ചത്." മാഷ് തുടർന്നു: "ഒരു മേശയ്ക്കു ചുറ്റുമിരുന്നു
സംസാരിക്കാനാണ് ഗാന്ധിജി പോയത്. ഗാന്ധി–ഇർവിൻ സന്ധി
സംഭാഷണം എന്ന പേരിലാണ് ഇതറിയപ്പെടുന്നത്. ഇന്ത്യൻ
സ്വാതന്ത്ര്യത്തിനനുകൂലമായൊരു തീരുമാനവും സംഭാഷണ
ത്തിൽ ഉണ്ടായില്ല. ഗാന്ധിജി നിരാശനായി മടങ്ങി."

"പിന്നെയെന്തിനാണ് സായിപ്പ് ക്ഷണിച്ചത്" മാലിനി!

ഗോമതി: "എന്നാൽ ഗാന്ധിജി ഇംഗ്ലണ്ടിൽനിന്ന് മടങ്ങി.
ബോംബെ തുറമുഖത്ത് കപ്പലിറങ്ങിയ ഗാന്ധിജിയെ അറസ്റ്റ്
ചെയ്തു."

"എന്നിട്ട്" രാഹുൽ തിടുക്കം കാണിച്ചു.

"രാഹുൽ പ്രതീക്ഷിക്കുന്നപോലെ രാജ്യത്താകെ പ്രതിഷേ
ധമിരമ്പി" ഫൗസിയ.

"കണ്ണൂരിലും പ്രതിഷേധ പ്രകടനങ്ങളും യോഗങ്ങളും നട
ന്നു. മുനിസിപ്പൽ ഹൈസ്കൂളിലെ വിദ്യാർഥികൾ ക്ലാസ് ബഹി
ഷ്കരിച്ച് ടൗണിൽ പ്രകടനം നടത്തി" രമ്യ.

"റിസർവ് പൊലീസ് വിദ്യാർഥികളെ തല്ലിയോടിച്ചു" ജയൻ.

"വിദ്യാർഥികളിൽനിന്ന് പ്രതികരണങ്ങളൊന്നും ഉണ്ടായി
ല്ലേ" ഷാജി.

"നല്ല പൂരം. പൊലീസിനെ അങ്ങോട്ടു തല്ലുകയയോ?" നിയാ
സ്.

"കണ്ണൂർ വിളക്കുംതറ മൈതാനിയിൽ പൊതുയോഗം
ചേർന്നു പ്രതിഷേധിച്ചു."

ഖൗലത്ത് തുടർന്നു: "പ്രതിഷേധയോഗത്തിൽ പങ്കെടുത്ത
നേതാക്കളെ പൊലീസ് അറസ്റ്റ് ചെയ്തു."

"ആരെയൊക്കെയാണ് അറസ്റ്റ് ചെയ്തത്?" ദാക്ഷ.

"വിഷ്ണുഭാരതീയൻ, കെ പി ഗോപാലൻ, കേരളീയൻ ഇവരെ ലോക്കപ്പിലിട്ട് ക്രൂരമായി മർദ്ദിച്ചു" ഖൗലത്ത്.

"ലാത്തി പിടിച്ചുപറ്റി അങ്ങോട്ടും തല്ലണം" ജോസ്. "ഏതു നിയമത്തിലാണ് പ്രതിഷേധിച്ചവരെ തല്ലാമെന്നുള്ളത്. നിയമലം ഘനം നടത്തിയതാണെങ്കിൽ പൊലീസിന് അറസ്റ്റു ചെയ്യാം. നിയമപ്രകാരമുള്ള കുറ്റം ചുമത്തി വിചാരണ ചെയ്യാം. അല്ലാതെ പൊലീസിനു തല്ലാനുള്ള അധികാരം നിയമപ്രകാരമില്ലെങ്കിൽ തീർച്ചയായയും തിരിച്ചു തല്ലുക തന്നെ വേണം. തല്ല് തിരിച്ചു തല്ലാ ത്തതുകൊണ്ടാണ് പൊലീസ് തല്ലുന്നത്."

"അറസ്റ്റ് ചെയ്ത നേതാക്കളെ പിറ്റേന്നു കോടതിയിൽ ഹാജ രാക്കി" ഗോമതി തുടർന്നു:

"ഭാരതീയനെ കോടതിയിൽ മജിസ്ട്രേറ്റിന്റെ മുമ്പിൽ കൂട്ടി മ്മേൽ കയറ്റി നിർത്തി.

ഉടനെ കോടതിശിപായി ഭാരതീയന്റെ അടുത്തുപോയി പറ ഞ്ഞു:

'സത്യമേ പറയൂ. ഈശ്വരൻ സാക്ഷി.'

ഭാരതീയൻ ശിപായി പറഞ്ഞത് ഏറ്റുപറഞ്ഞു. തുടർന്നു മജിസ്ട്രേട്ടിന്റെ ചോദ്യം:

'എന്താണ് പേര്.'

ഭാരതീയൻ ഒന്നും പറഞ്ഞില്ല.

'ഏതാണ് ജാതി.' മജിസ്ട്രേട്ടിന്റെ അടുത്ത ചോദ്യം.

അതിനും ഉത്തരമുണ്ടായില്ല.

'തൊഴിലോ.'

അതിനും ഉത്തരമുണ്ടായില്ല.

മജിസ്ട്രേട്ടിനു ദേഷ്യം വന്നു ഉറക്കെ പറഞ്ഞു:

'ഇതു കോടതിയാണ്. കോടതിയലക്ഷ്യത്തിനും ശിക്ഷയു ണ്ടാകും.'

വീണ്ടും ജഡ്ജി ചോദ്യമുധർത്തി: 'എന്താണ് പേര്.'

'ഞാൻ ഭാരതീയൻ' ഭാരതീയന്റെ ഉത്തരം.

മജിസ്ട്രേട്ട് കോപാകുലനായി: 'നിങ്ങൾ മാത്രമാണോ ഭാര തീയൻ. ഞങ്ങളെല്ലാം ഭാരതീയരല്ലേ.'

ഭാരതീയന്റെ ഉത്തരം വന്നു: 'നിങ്ങൾ ഭാരതീയനല്ല. ഭാരത സ്വാതന്ത്ര്യത്തിനുവേണ്ടി പ്രവർത്തിക്കുന്ന ഞാനാണ് ഭാരതീ

യൻ. ഞങ്ങളെ ശിക്ഷിക്കുന്ന വിദേശീയ സർക്കാറിന്റെ കാവൽക്കാരനായ നിങ്ങൾ ഭാരതീയനല്ല.'

ഗോമതി പറഞ്ഞു തീരുമ്പോഴേക്കും ഷിജുഖാനും രാഹുലും ഫൈസലും ഒപ്പം എഴുന്നേറ്റു പ്രതികരിച്ചു:

"വിഷ്ണുഭാരതീയൻ സിന്ദാബാദ്!"

സദസാകെ മുദ്രാവാക്യം വിളിയിൽ മുഖരിതമായി!

"നല്ലകാര്യം" മാഷ്: "നിങ്ങളുടെ സ്വാതന്ത്ര്യബോധത്തെ ഞാൻ അഭിനന്ദിക്കുന്നു."

ഗോമതി തുടർന്നു: "മജിസ്ട്രേട്ട് ശിക്ഷവിധിച്ചു."

"ഭാരതീയനു രണ്ടു കൊല്ലം കഠിനതടവും 200 ഉറുപ്പിക പിഴ യും."

"മറ്റ് രണ്ടുപേർക്കോ" രശ്മി.

"കെ പി ഗോപാലനും കേരളീയനും 9 മാസം വീതം കഠിന തടവ്" ഖൗലത്താണ് പറഞ്ഞത്.

മാഷ്: "ജയിൽപ്പുള്ളികൾക്ക് ചില അടയാളങ്ങൾ ഏർപ്പെടു ത്തണം. വിഷ്ണുഭാരതീയന്റെ കഴുത്തിൽ കെട്ടിഞ്ഞേറ്റാൻ ഒരു തകിട്.

അതിൽ ഇങ്ങനെ രേഖപ്പെടുത്തി:

7149. M V BHARATHEEYAN 145 and 188. IPE-6-1-32-5-3-34.

"എന്താണതിന്റെ അർഥം" ആരിഫ്.

മാഷ്: "7149 എന്നതു തടവുപുള്ളിയുടെ നമ്പർ. അടുത്തത് പേര്. 145, 188 എന്നത് ശിക്ഷിക്കാനുള്ള നിയമവകുപ്പ്."

"അടുത്തതോ" റുഖിയ.

"അതു ഞാൻ പറയാം" രാഹുൽ.

"ശിക്ഷിക്കപ്പെട്ടകാലം. രണ്ടു വർഷം തടവ് 1932 ജനുവരി മാസം 6 മുതൽ 1934 മാർച്ച് മാസം 5 വരെ."

"ശിക്ഷ വിധിച്ചുകഴിഞ്ഞാൽ...." തുഷാര.

"ജയിലിലിടും" ഫസീല.

മാഷ്: "കഠിനതടവ് എന്നുപറഞ്ഞാൽ ഭയങ്കരമാണ്. ഇരു കൈകളിലും ഇരുമ്പു ചങ്ങലയിട്ട് ഉയർത്തി ബന്ധിക്കും, രാവിലെ 7 മണിമുതൽ 11 മണിവരെ നിന്നനിൽപ്പിൽ.

ഉച്ചഭക്ഷണം കഴിഞ്ഞാൽ ഒരു മണിമുതൽ വൈകുന്നേരം നാലര വരെയും ഇതേ നിൽപ്പുതന്നെ."

"എന്തു ക്രൂരത" ആതിര.

"കഠിന ജയിലാ" രമ.

"കഠിന ജയിൽ, ശിക്ഷയ്ക്ക് പട്ടുകിടക്കയാണോ" സന്തോഷ്.

"മൂത്രമൊഴിക്കണമെങ്കിലോ" ഗീത.

"നിന്ന നിൽപ്പിൽത്തന്നെ."

"തടവുകാരന്റെ ഭക്ഷണമെന്തായിരിക്കും" ചിന്നു.

"ഗോതമ്പ് ഉണ്ട, ഗോതമ്പ് കഞ്ഞി" ഗോമതി.

"ജയിലിൽ വാർഡന്മാരുടെ അടിയും ചീത്തപറച്ചിലും വേണ്ടുവോളമുണ്ടാകും" ഖൗലത്ത്.

"ജയിലിൽ ഭാരതീയനും കൂട്ടുകാരും തരംകിട്ടിയാൽ രാഷ്ട്രീയ കാര്യങ്ങൾ ചർച്ചചെയ്യും" മാഷ് തുടർന്നു.

"വിഷ്ണുഭാരതീയനും കൂട്ടുകാരും ജയിലിൽ വെച്ചു രണ്ടു തീരുമാനങ്ങളെടുത്തു."

"അതെന്താ?" അരുൺ.

മാഷ്: "ഗ്രാമങ്ങളിലെ കൃഷിക്കാരെ സംഘടിപ്പിക്കുക, അവർക്ക് ആയുധപരിശീലനം നൽകുക, വെള്ളക്കാരനായ ഉദ്യോ ഗ്രാഗസ്ഥന്മാരെയും മർദനക്കാരായ പൊലീസുകാരെയും വകവ രുത്തുക."

"അതുനന്നായി, തീരുമാനം വളരെ നന്നായി" ജോസ്.

"ഉപ്പുവെള്ളം കുറുക്കുക എന്നിട്ടു പൊലീസിന്റെ അടിവാ ങ്ങുക. അതുപോലെ ബ്രിട്ടന്റെ തുണി വാങ്ങുക എന്നിട്ടു കത്തി ക്കുക. അതിനും അടിവാങ്ങുക."

"ഇതെന്തുസമരം" രാഹുൽ: "ഒറ്റ സായിപ്പിനെ ബാക്കിവെ ക്കരുത്."

"അതുകൊണ്ടൊന്നും ഇന്ത്യ സ്വതന്ത്രയാവുകയില്ല" പാർവതി.

"പക്ഷേ, ഒരു കാര്യം" മുബീനയാണ് തുടർന്നത്. "നമ്മുടെ കൃഷിക്കാർ അടിമകളാണ്. പണിയെടുക്കാനേ അറിയൂ. കൂലി വാങ്ങാൻ അറിയില്ല."

"പണിയെടുത്താൽ കൂലിവാങ്ങാൻ അറിയാത്തവർ" റസീന.

"അവരുടെ ദൈവം ജന്മിത്തമ്പുരാന്മാരാണ്" ഗ്രീഷ്മ.

"വിളവെല്ലാം ജന്മിയുടെ പത്തായത്തിൽ. അടിയാളന്മാർക്ക്
കല്ലരിയല്ലോ കരിക്കാടിക്ക്" തുളസി.

"അതുകൊണ്ട്" സ്നേഹ.

"അതിനും അവസാനം കുറിക്കണം" ശാരദ.

"എങ്ങനെ?" അഞ്ചു.

"ജയിലിലെ തീരുമാനത്തിൽ ഒന്നെടുക്കാം. കൃഷിക്കാരെ
സംഘടിപ്പിക്കണം എന്നത്" ഗോമതി തുടർന്നു: "കൃഷിക്കാരെ
മാത്രമല്ല, തൊഴിലാളികളെയും."

"ഞാൻ പറയാം" മാഷ് വിവരിച്ചു:

"വിഷ്ണുഭാരതീയന്റെ ജീവചരിത്രത്തിൽ ഇങ്ങനെയായിരു
ന്നു. നണിയൂർ മൊട്ടമ്മൽ കിഴക്ക് കുറേ കുന്നുണ്ട്."

"അപ്പോൾ അവിടെ കുഴിയുമുണ്ടാകാം" രതീഷ്.

'അതുശരിയാണ്. കുന്ന് ഉണ്ടാകണമെങ്കിൽ കുഴിയുണ്ടാക
ണമല്ലോ.

അത്തരം ഒരു കുന്നാണ് ചാലങ്ങോടൻ കുന്ന്. ജനവാസമി
ല്ലാത്ത സ്ഥലം. തെക്കുപടിഞ്ഞാറു വടക്ക് ഭയങ്കര കാടാണ്. കിഴ
ക്കാണെങ്കിൽ നിട്ടൻ കുന്ന് ഉയർച്ചയും.

കുന്നിന്റെ മടക്കിൽ നല്ല ഒളിത്താവളം. അവിടെ ഒത്തുകൂടി
ഭീകരപ്രവർത്തനത്തിന്റെ ഒരു ഗൂഢസംഘത്തിനു രൂപംകൊടു
ക്കുക. അതിനു ബംഗാളിലെ ഭീകര പ്രസ്ഥാനത്തിന്റെ ചരിത്ര
പുസ്തകം.

പക്ഷേ, ആ പുസ്തകം സർക്കാർ നിരോധിച്ചതാണ്.
അതിന്റെ ആയിരം കോപ്പി അച്ചടിക്കുക. ആയുധം ശേഖരിക്കു
ക. ഒരേസമയം കൃത്യം നടത്തുക. വിജയിച്ചില്ലെങ്കിൽ വിഷം
കഴിച്ചു മരിക്കുക. പറശ്ശിനിക്കടവിൽ ചേർന്ന കൂട്ടായ്മയിലാണ്
ഈ പരിപാടി ചർച്ച ചെയ്യുന്നത്. പരിപാടി ജനങ്ങൾ സ്വീകരി
ക്കുകയില്ല എന്ന നിഗമനത്തിലാണ് എത്തിച്ചേർന്നത്. അതു
കൊണ്ടു പരിപാടി വേണ്ടെന്നു വെച്ചു."

"എന്നിട്ടോ" അതുൽ.

"വിവരം പൊലീസറിഞ്ഞു. അന്വേഷണമായി." മാഷ്, "കർഷ
കപ്രസ്ഥാനത്തിന്റെ പശ്ചാത്തലത്തിലേക്കു നയിച്ച തുടക്കമാണിത്."

മാഷ് ഒന്നുകൂടി കൂട്ടിച്ചേർത്തു, "അന്ത്യം സ്വാതന്ത്ര്യമാകാ
നുള്ള നമ്മുടെ പൂർവികരുടെ അതി തീവ്രമായ വികാരത്തിന്റെ
പൊരുളാണിത്."

8

തൊഴിലാളികളുടെ മുന്നേറ്റം

"**മൊ**റാഴയുടെ കഥയിൽ തൊഴിലാളികളുടെ സംഘടന യുടെ പങ്ക് പ്രധാനമായിരിക്കുന്നു എന്നു കഥയുടെ ആമുഖ ത്തിൽ പറഞ്ഞിരുന്നുവല്ലോ" ദിവാകരനാണ് ഓർമപ്പെടുത്തിയത്.

"പറഞ്ഞതു ശരിയാണ്. അതിനെപ്പറ്റി പിന്നെയൊന്നും പറ ഞ്ഞില്ലല്ലോ എന്നല്ലേ ദിവാകരൻ ചോദിച്ചത്."

മാഷ് തുടർന്നു: "വളരെ പ്രസക്തമാണ് തൊഴിലാളികളുടെ പങ്ക്.

കേരളത്തിലെ തൊഴിലാളിവർഗ പ്രസ്ഥാനത്തിന്റെ ചരിത്ര ത്തിൽ പുതിയ ഗാഥകൾ രചിച്ച പ്രദേശമാണ് പാപ്പിനിശ്ശേരി. അതിനു കളമൊരുക്കിയത് പാപ്പിനിശ്ശേരിയിലെ കോട്ടൺ മിൽ തന്നെയാണ്."

ഗോമതി ഇടയിൽ പറഞ്ഞു: "പാപ്പിനിശ്ശേരിക്കു പല സവി ശേഷതകളും ഉണ്ട്. ചിറയ്ക്കൽ കോലത്തിരി രാജവംശത്തിന്റെ കൈവശമാണ് പ്രദേശം മുഴുവൻ. കോലത്തിരിരാജവംശത്തിന്റെ നെല്ലറയാണ് കോലത്ത് വയൽ."

"രാജവംശത്തിലുള്ളവരാണോ കൃഷി നടത്താറുള്ളത്."

"അതു നല്ല കൂത്താ രാജാവിന്റെ കൊട്ടാരത്തിലുള്ളവർ പാടത്ത് പണിയെടുക്കുകയോ?"

"വല്ലിയോറുവല്ലിയോറു വല്ല്യോരല്ലേ"

അവരെങ്ങാൻ നാട്ടിന്റെ കണ്ടം കണ്ടോ
ചെറിയോറു ചെറിയോറു ചെറിയോരല്ലോ
അവരല്ലോ ചേരിൽ പണിചെയ്യുന്നു."
നാട്ടിപ്പാട്ടിന്റെ ഈണത്തിൽ മല്ലിക പാടി, കൂട്ടുകാരും അതേ റ്റുപാടി.

"സ്വാതന്ത്ര്യസമര പ്രസ്ഥാനം പാപ്പിനിശ്ശേരിയിലും വ്യാപി ച്ചു. കർഷകരും തൊഴിലാളികളും പ്രസ്ഥാനത്തിലേക്കാകർഷി ച്ചു. പാപ്പിനിശ്ശേരിയിലെ വലിയ വ്യവസായിയായ സാമുവൽ ആറോൺ കോൺഗ്രസായിരുന്നു. അദ്ദേഹം സ്വാതന്ത്ര്യസമരപ്ര സ്ഥാനത്തിൽ മുന്നിട്ടിറങ്ങിയ ആളാണ്.

സാമുവൽ ആറോണിന്റെ അച്ഛൻ ചൂരിയാടൻ ആറോണാണ് ഓട്ടുകമ്പനിയും നെയ്ത്തു കമ്പനിയും സ്ഥാപിച്ചത്.

പാപ്പിനിശ്ശേരിയിൽ ഈ കമ്പനികൾ വന്നപ്പോൾ കർഷക രിൽ പലരും ഈ സ്ഥാപനത്തിൽ ജോലിക്ക് വന്നു. അതോടെ വലിയ സാമൂഹ്യമാറ്റം തന്നെ ഉണ്ടായി. കാർഷിക സാംസ്കാര ത്തിൽനിന്ന് വ്യാവസായിക സംസ്കാരത്തിലേക്കു നാടുമാറി. ഇതാരംഭിക്കുന്നത് 1920 ഓടു കൂടിയാണ്.

സാമുവൽ ആറോൺ ദേശീയ പ്രസ്ഥാനവുമായി ബന്ധപ്പെ ട്ടു. കോൺഗ്രസുകാരൻതന്നെ. പക്ഷേ, അദ്ദേഹം ഒരു മുതലാളി കൂടിയാണ്. അതുകൊണ്ടുതന്നെ അദ്ദേഹത്തിനു തൊഴിലാളി വർഗത്തിന്റെ ഹൃദയമിടിപ്പു മനസിലാക്കാൻ പ്രയാസമായിരുന്നു. അതിനാൽ കമ്പനിയിൽ മുതലാളികളുടെ ഇഷ്ടത്തിനു വഴ ങ്ങാത്ത തൊഴിലാളികളെ ദ്രോഹിക്കും. പലരെയും കമ്പനിയിൽനിന്നു പുറത്താക്കുകയും ചെയ്തു.

ഇങ്ങനെ തൊഴിലാളികളെ പിരിച്ചുവിടുകയും ദ്രോഹിക്കു കയും ചെയ്യുന്നതിൽ തൊഴിലാളികളിൽ മുറുമുറുപ്പും പ്രതിഷേ ധവുമുണ്ടായി.

അതാണെങ്കിൽ മുതലാളിക്ക് കൂടുതൽ അമർഷത്തിനു വഴി വെച്ചു. തൊഴിലാളികളെ കമ്പനിയിൽനിന്നു പിരിച്ചുവിടുന്നത് നിത്യ സംഭവമായി."

മാഷ് തുടർന്നു. "പിരിച്ചുവിടലിനു വിധേയമായ തൊഴിലാ ളികളെ വിളിച്ചു ചേർത്ത് ഒരു സംഘടനയ്ക്കു രൂപംകൊടുത്തു. സംഘടനയുടെ സെക്രട്ടറിയായി ഇ കെ നായനാരെ ചുമതല

പ്പെടുത്തി. പാപ്പിനിശ്ശേരിയിൽ തൊഴിലാളികളുടെ യൂണിയൻ രൂപീകരിച്ചതോടെ തൊഴിലാളികളിൽ സംഘബോധം ഉണ്ടായി. മുതലാളിക്ക് എതിരായി ചെറുത്തുനിൽപ്പും ആരംഭിച്ചു. ക്രമേണ യൂണിയന്റെ പ്രവർത്തനം വിപുലമായി, ശക്തിപ്രാപിച്ചു. സംഘ ടനാ പ്രവർത്തകരായി പലരും രംഗത്തുവന്നു. നേതാക്കളായി ജനാർദനഷേണായി, വില്യം, എം എസ് ഹെലൻ, കെ പി ആർ ഗോപാലൻ, കെ പി ഗോപാലൻ, കെ എ കേരളീയൻ, വിഷ്ണു ഭാരതീയൻ, ടി സി നാരായണൻ നമ്പ്യാർ, എ വി കുഞ്ഞമ്പു

എന്നിവർ പ്രധാനികളാണ്. ഇവർക്കെല്ലാം നേതൃത്വത്തിനു കൃഷ്ണപിള്ളയുണ്ടായിരുന്നു. സ. കൃഷ്ണപിള്ള ട്രേഡ്യൂണി യൻ പ്രസ്ഥാനത്തിന്റെ ചെങ്കൊടി പാപ്പിനിശ്ശേരിയിൽ ഉയർത്താൻ കൊണ്ടുവന്നിരുന്നു. എന്നാൽ തൊഴിലാളികൾക്ക് അന്ന് ചെങ്കൊടി ഉയർത്താനുള്ള കരുത്തുണ്ടായിരുന്നില്ല."

"എന്നിട്ടു കൊടി എന്തു ചെയ്തു?" ജിത്തു ചോദിച്ചു.

"ചെങ്കൊടി കല്യാശ്ശേരിയിൽ ഉയർത്തി. എന്നാൽ അധികം കഴിയുന്നതിനു മുമ്പുതന്നെ തൊഴിലാളികൾ ചെങ്കൊടിയുടെ സന്ദേശം ഉൾക്കൊള്ളാനും പാപ്പിനിശ്ശേരിയുടെ ചരിത്രം ചെങ്കൊടിയുടേതാക്കാനും മുതിർന്നു.

എ കെ ജി കൃഷ്ണപിള്ള, കെ പി ആർ എന്നിവർ സംഘ ടിത തൊഴിലാളിവർഗത്തിന്റെ കരുത്ത് എന്തെന്ന് തൊഴിലാളി കളെ പഠിപ്പിച്ചു. മുതലാളിയായ ആറോൺ സാമുവലിന് അതൊരു ഭീഷണിയാവുകയും ചെയ്തു."

മാഷ് തുടർന്നു: "1936 ൽ പറശ്ശിനിക്കടവിൽ ചിറയ്ക്കൽ താലൂക്കിൽ കിസാൻസഭാ സമ്മേളനം നടന്നു എന്നു നേരത്തെ പറഞ്ഞുവല്ലോ. പ്രസ്തുതസമ്മേളനത്തിൽ പാപ്പിനിശ്ശേരിയിലെ ധനികകൃഷിക്കാർ പ്രതിനിധികളായി പങ്കെടുത്തു. അതിനു പാക ത്തിൽ നേതാക്കളുടെ പ്രവർത്തനം സഹായിച്ചു."

9
ബക്കളം സമ്മേളനം

"പ്രിയപ്പെട്ട കൂട്ടുകാരേ,

ഇനി ഞാൻ പറയാൻ പോകുന്നത് ബക്കളത്തു നടന്ന സമ്മേളനത്തെപ്പറ്റിയാണ്. അതൊരു സവിശേഷമായ സമ്മേള നമാണ്."

"അതെന്താ?" ഷെരീഫാണ് ചോദിച്ചത്.

"കേരളപ്രദേശ് കോൺഗ്രസ് കമ്മിറ്റിയുടെ പത്താം രാഷ്ട്രീയ സമ്മേളനമാണ്. അതു സംഘടനാരംഗത്തും രാഷ്ട്രീയ രംഗത്തും പുതുവഴി തെളിച്ചു. ഈ സമ്മേളനത്തോടെ വലിയ മാറ്റമാണ് വന്നത്. സംഘടന നമുക്ക് സ്വാതന്ത്ര്യം നേടാനുള്ള താണ്. സ്വാതന്ത്ര്യം സമ്പന്ന വിഭാഗത്തിനുമാത്രമല്ല. അവർക്ക് സ്വാതന്ത്ര്യം കിട്ടിയില്ലെങ്കിലും വേണ്ടില്ല. ഇന്ത്യയിൽ നരകയാ തന അനുഭവിക്കുന്ന ജനകോടികളുണ്ട്; തൊഴിലില്ലാത്തവർ തൊഴിലെടുത്ത് ജീവിക്കാൻ കഴിയാത്തവർ. അവരെങ്ങാൻ ശബ്ദി ച്ചാൽ മർദ്ദനവും കൽത്തുറങ്കും സമ്മാനം. പട്ടിണികിടക്കുന്ന വർ, ഉടുതുണിക്ക് മറുതുണിയില്ലാത്തവർ, കിടന്നുറങ്ങാൻ കൂര പോലുമില്ലാത്തവർ, അക്ഷരം ലഭിക്കാത്തവർ രുടങ്ങിയ വർക്കാണ് മോചനം വേണ്ടത്, സ്വാതന്ത്ര്യം വേണ്ടത്, ബ്രിട്ടീഷ് ഭരണം അവസാനിപ്പിക്കേണ്ടത്.

സ്വാതന്ത്ര്യം എല്ലാവർക്കും വേണം അതിനു സംഘടന എല്ലാവരുടേതും ആയിരിക്കണം. അവിടെയാണ് ബക്കളം സമ്മേളനത്തിന്റെ പ്രസക്തി. ബക്കളം സമ്മേളനം നടത്താനുള്ള കമ്മിറ്റി ഉണ്ടാക്കണം. അതിന് അതിവിപുലമായ കൂട്ടായ്മയുണ്ടായി. ബക്കളത്തെയും കല്യാശ്ശേരിയിലെയും ആന്തൂരിലെയും തളിപ്പറമ്പിലെയും തുടങ്ങി എല്ലാ പ്രദേശങ്ങളിലെയും ജനങ്ങളെ പങ്കെടുപ്പിച്ചു. അവിടെയാണ് ബക്കളത്തെ സമ്മേളനത്തിന്റെ പ്രത്യേകത" മാഷ് തുടർന്നു: "ശരിക്കു പറഞ്ഞാൽ ബക്കളത്തല്ല സമ്മേളനം. ബക്കളം അതിന്റെ ആസ്ഥാനം. ഇന്നു കാണുന്ന കേരള ആംഡ് പൊലീസ് ക്യാമ്പിന്റെ സ്ഥലം. കുറ്റിക്കാടുകളും പാറക്കെട്ടുകളും നിറഞ്ഞ സ്ഥലം. എല്ലാം വിജനം, അവിടെയാണ് സമ്മേളനം. കമ്മിറ്റി ഉണ്ടാക്കുവാൻ എല്ലാ വിഭാഗം ആളുകളും വന്നുചേർന്നു. കോൺഗ്രസിന്റെ നേതാക്കൾ പ്രവർത്തകർ, കൃഷിക്കാർ, തൊഴിലാളികൾ, അധ്യാപകർ, കുട്ടികൾ.

എല്ലാ വിഭാഗം ആളുകളും വന്നു ചേർന്നതുതന്നെ കോൺഗ്രസിലെ ചില നേതാക്കൾക്ക് ഇഷ്ടപ്പെട്ടില്ല.

അപ്പോഴേക്കും കോൺഗ്രസ് സംഘടനയിൽ പുരോഗമനമായി ചിന്തിക്കുന്നവരെല്ലാം കോൺഗ്രസ് സോഷ്യലിസ്റ്റ് പാർട്ടിക്കാരായി മാറിയിരുന്നു. കോൺഗ്രസിന്റെ മെമ്പർമാർക്കു മാത്രമേ കോൺഗ്രസ് സോഷ്യലിസ്റ്റ് പാർട്ടിയിൽ അംഗത്വം കൊടുക്കുകയുള്ളൂ. അങ്ങനെ കോൺഗ്രസ് സോഷ്യലിസ്റ്റ് പാർട്ടിയിൽ പ്രവർത്തിക്കുന്നവർക്കായി സമ്മേളനത്തിന്റെ മേൽക്കോയ്മ. മറ്റു നേതാക്കൾ വിട്ടുനിന്നു, അവർ വലതുപക്ഷമായി." മാഷ് ഇടപെട്ടു; "അതുമാത്രമല്ല, കോൺഗ്രസ് സോഷ്യലിസ്റ്റ് പാർട്ടിയിൽ വന്നവരിൽ ബഹുഭൂരിപക്ഷവും കമ്യൂണിസ്റ്റ് ആശയം ഉൾക്കൊണ്ടവരായിരുന്നു. തൊഴിലാളി വർഗത്തിന്റെ മോചനമായിരിക്കണം സ്വാതന്ത്ര്യം. തൊഴിലാളിവർഗമായിരിക്കണം മുന്നണിപ്പോരാളികൾ എന്നും അവർ വിശ്വസിച്ചു വന്നിരുന്നു. അതുകൊണ്ടുതന്നെ ബക്കളം സമ്മേളനം, അതിനുയുക്തമായ ഇടമാക്കി തീർക്കണമെന്നും ഇടതുപക്ഷ നേതാക്കൾ ചിന്തിച്ചിരുന്നു.

അതെ, അതുകൊണ്ടുതന്നെ എല്ലാവിഭാഗം ജനങ്ങളെയും സമ്മേളനവിജയത്തിനുള്ള കമ്മിറ്റിയംഗങ്ങളാക്കി.

സമ്മേളന നടത്തിപ്പ് എങ്ങനെയെന്നു സംബന്ധിച്ച്; സമ്മേ
ളനത്തിന്റെ വിഷയങ്ങൾ, വിവിധ സമ്മേളനങ്ങൾ, സമ്മേളനം
നടത്താനുള്ള പന്തൽ, അതിനുവേണ്ട സാമഗ്രികൾ, താമസസൗ
കര്യം, ഭക്ഷണം, വെള്ളം, പ്രചരണം, വളണ്ടിയർമാർ എന്നു തുട
ങ്ങിയ കാര്യങ്ങൾ നേതാക്കൾ വിശദീകരിച്ചു. അതിനുള്ള കമ്മി
റ്റികൾക്കും രൂപംകൊടുത്തു.

കേരളീയൻ, വിഷ്ണുഭാരതീയൻ, എ വി കുഞ്ഞമ്പു, കെ
പി ആർ ഗോപാലൻ, ടി സി നാരായണൻ നമ്പ്യാർ, പി എം
ഗോപാലൻ എന്നിവർ അതിനു നേതൃത്വമായി.

സമ്മേളന നടത്തിപ്പിന്റെ കമ്മിറ്റി പ്രസിഡന്റായി പി എം
കുഞ്ഞിരാമൻ നമ്പ്യാരെ തിരഞ്ഞെടുത്തു.

വളണ്ടിയർമാർ വേണം. കാക്കി ട്രൗസറും ചുവന്ന മുറി
യൻകൈ ബനിയനും. അതിന്റെ ചുമതല സർദാർ ചന്ത്രോത്തി
ന്. പ്രചരണത്തിന്റെ ചുമതല കെ പി ആർ രയരപ്പൻ, എം പി
നാരായണൻ, ഏറമ്പാല കൃഷ്ണൻ, കെ പി ആർ ഗോപാലൻ
എന്നിവർക്കാണ് പ്രഖ്യാപിച്ചത്. ഇതിൽ ബാലസംഘത്തിന്റെ
നേതൃത്വത്തിൽ രയരപ്പനും നാരായണനും കൃഷ്ണനും നേരെ
മലപ്പട്ടത്തേക്കുപോവുക, കിഴക്കുഭാഗത്തെ പ്രചരണം ഇവർ നട
ത്തണം. കല്യാട്ട്, ബ്ലാത്തൂർ, ഊരത്തൂർ, കുയിലൂർ, ഇരിക്കൂർ എന്നി
വിടങ്ങളിൽ കഴിഞ്ഞുമടങ്ങിയാൽ മതി. കൃഷ്ണനാണ് അതിന്റെ
ചുമതല. മലപ്പട്ടത്ത് നിങ്ങൾ എത്തണം. അപ്പോഴേക്കും കർഷ
കസംഘത്തിന്റെ പ്രവർത്തകരും അവിടെ എത്തും. അറോള
കൃഷ്ണൻ, അറോഷ കുഞ്ഞിക്കണ്ണൻ, കല്യാടൻ കൃഷ്ണൻ,
കോയാടൻ നാരായണൻ, മാടായി ചാത്തുക്കുട്ടി, എം സി കുഞ്ഞി
ക്കണ്ണൻ എന്നിവർക്ക് വിവരം കൊടുക്കും. പ്ലക്കാർഡ് പിടിക്ക
ണം. കെ പി സി സി പത്താം സമ്മേളനം ബക്കളത്ത്. "നാലാൾ
കൂടുന്നിടത്ത് പ്രസംഗിക്കണം. കൃഷ്ണൻ ആദ്യം നടത്തുക,
പിന്നീടു മറ്റുള്ളവരും വിളിച്ചുകൊണ്ടായിരിക്കണം യാത്ര' – കെ
പി ആർ വിശദീകരിച്ചു."

"എന്താ പാട്ട്?" സ്നേഹ!

"അതു രയരപ്പനറിയാം" മാഷ് തുടർന്നു: "പന്തലിനു വേണ്ട
കവുങ്ങ്, മുള, ഓല എന്നിവ ചെങ്ങളായി, മലപ്പട്ടം, വളക്കൈ,

കണ്ടക്കൈ, കയരളം ഭാഗത്തുനിന്ന് തോണിക്ക് കൊണ്ടുവന്നു കടത്തിയാൽ മതി.

അരി, തേങ്ങ, ചക്ക, പച്ചക്കറികൾ എല്ലാം വേണ്ട നില ശേഖ രിക്കണം. വെള്ളം അത്യാവശ്യമാണ്. അതു ശേഖരിച്ചുവെക്കാൻ വലിയ ടാങ്ക് നിർമിക്കണം. അതിനു ചുമതല മാങ്ങാട്ടുപറമ്പിലെ കല്ലുകൊത്ത് തൊഴിലാളികൾക്ക്."

കൂട്ടുകാർ ഇടയ്ക്കിടയ്ക്ക് ചോദ്യം ചോദിച്ചു. അതിനെല്ലാം മാഷ് മറുപടി പറഞ്ഞു. വിജനമായ മാങ്ങാട്ടുപറമ്പ് സജീവമാ ക്കണം. കുറ്റിക്കാടുകളും വെട്ടിമാറ്റണം.

"പത്രാധിപർക്കു താമസിക്കാനുള്ള സൗകര്യം, മൂത്രപ്പുര വേറെ, കക്കൂസ് വേറെ, കുളിക്കാനുള്ള സൗകര്യം. ഇരുപത്തി നാലുമണിക്കൂറും കൃഷിക്കാരും തൊഴിലാളികളും സജീവമായി ആരോൺ മിൽ തൊഴിലാളികൾ തമ്മിൽ മുന്നിട്ടുനിൽക്കണം. സർദാർ ചന്ത്രോത്തിന്റെ നേതൃത്വത്തിൽ വളണ്ടിയർ പരിശീല നം. വൈകുന്നേരം അഞ്ചുമണിക്കു തുടങ്ങും. ചന്ത്രോത്തിന്റെ കമാന്റ് നാലുനാഴിക ദൂരെ കേൾക്കും. മൊറാഴ, ഒഴക്രോം, കാനൂൽ, കടമ്പേരി പ്രദേശങ്ങളിലെ കുട്ടികൾ പരിശീലനം കാണാൻ വരും. കെ പി ആർ അവർക്കെല്ലാം ജോലികൊടുക്കും."

"ബാലസംഘത്തെക്കുറിച്ച് പറഞ്ഞുവല്ലോ" തുഷാര.

"ചിറയ്ക്കൽ താലൂക്ക് കേന്ദ്രീകരിച്ച് കുട്ടികളുടെ സമ്മേളനം കല്യാശ്ശേരിയിൽ അന്നത്തെ ഹയർ എലിമെന്ററി സ്കൂളിൽ. അന്ന് സംഘടനയുടെ പേർ ദേശീയ ബാലസംഘം എന്നാണ്. സമ്മേ ളനം 1938 ഡിസംബർ 28 നായിരുന്നു. 900 കുട്ടികൾ പങ്കെടുത്തു എന്നാണ് പറയുന്നത്. സംഘടനയുടെ അന്നത്തെ മുദ്രാവാക്യം:

കുട്ടികളെ ഭയക്കാതിരിക്കുവിൻ

കുട്ടികളേ പഠിക്കുവിൻ

കുട്ടികളേ മനുഷ്യനാകുവിൻ

ബാലസംഘത്തിന്റെ ഇന്നത്തെ മുദ്രാവാക്യം:

പഠിച്ചു ഞങ്ങൾ നല്ലവരാകും

ജയിച്ചു ഞങ്ങൾ മുന്നേറും

പടുത്തുയർത്തും ഭാരതമണ്ണിൽ

സമത്വ സുന്ദര നവലോകം"

"രണ്ടു കാലഘട്ടത്തിലെ മുദ്രാഗീതത്തിലെ അന്തരം മനസി ലായോ?" റംലത്ത് ചോദിച്ചു.

"ഇന്നത്തെ മുദ്രാഗീതത്തിലെ അവസാനത്തെ ഈരടി ഒന്നു കൂടി ആവർത്തിച്ചേ."

കൂട്ടുകാർ ആകാശം ഭേദിക്കുവാൻ ഈരടി ആവർത്തിച്ചു.

"അതിന്റെ പൊരുൾ മനസിലായോ" മാഷ്.

"ഓഹോ! കേരളം മാത്രമല്ല നമ്മൾ ഇന്ത്യതന്നെ സമത്വ സുന്ദരമാക്കും."

"എന്തു ദുഷ്കരം" രാമനുണ്ണി.

"എന്താ വിഷമമാണോ" ഗോമതി.

കൂട്ടായി പ്രതികരണം വന്നു, "അന്നതിനുവേണ്ടി കൂട്ടായി ശ്രമിക്കും."

"കല്യാശ്ശേരി സമ്മേളനം ഇ കെ നായനാരെ പ്രസിഡന്റായും പി കെ കുഞ്ഞനന്തനെ സെക്രട്ടറിയായും തിരഞ്ഞെടുത്തു."

"വിഷയം മാറിയോ മാഷേ" കണ്ണനാണ് സംശയം ഉന്നയി ച്ചത്.

"ബക്കളം സമ്മേളനത്തിന്റെ പ്രചരണത്തെപ്പറ്റിയാണ് നമ്മൾ പറഞ്ഞത്." മാഷ് തുടർന്നു: "തീരുമാനമനുസരിച്ച് പ്രചരണ ജാഥ ഇരിക്കൂർ ബസാറിൽ എത്തി. ജാഥയുടെ പിന്നാലെ തല യിൽ തൊപ്പിവെച്ച കുറച്ചു ചെറുപ്പക്കാർ പിന്നാലെ കൂടി. ജാഥ യിലെ മുദ്രാവാക്യത്തോടൊപ്പം ആ ചെറുപ്പക്കാർ കൂവി. അതിനെ ചെറുക്കാൻ കൂട്ടുകാർ തുനിഞ്ഞപ്പോൾ മുതിർന്നവർ തടഞ്ഞു. തുടർന്നു കൂവലിനൊപ്പം കല്ലെറിയാനും തുടങ്ങി. കൂട്ടുകാർക്ക് സഹിച്ചില്ല. കൂട്ടുകാർ കല്ലു പെറുക്കാൻ തുനിഞ്ഞപ്പോൾ മുതിർന്ന വർ കർശനമായും തടഞ്ഞു. അപ്പോഴേക്കും തലയ്ക്കേറുമായി കുറച്ചു മുതിർന്നവർ ഓടിയെത്തി. രംഗം ശാന്തമാക്കി.

ബാലസംഘം കൂട്ടുകാരുടെ പ്രവർത്തനത്തെപ്പറ്റി നേതാക്കൾക്ക് നല്ല മതിപ്പായി.

സമ്മേളന നടത്തിപ്പിന്റെ ഒരുക്കങ്ങളെപ്പറ്റി റിലയിരുത്താൻ ഒത്തുകൂടിയപ്പോൾ കെ പി സി സിയുടെ സെക്രട്ടറി സ. ഇ എം എസ് പ്രതികരിച്ചുപോലും: ഈ കുട്ടികൾക്ക് എന്താ ജോലി കൊടുക്കുക എന്നു ഞാൻ സംശയിച്ചിരുന്നു. പക്ഷേ, അവരില്ലാ

യിരുന്നെങ്കിൽ ഇതൊക്കെ ചെയ്യുമായിരുന്നോ!" കൂട്ടുകാർ ആവേ ശത്തോടെ ഒന്ന് ഇളകിയിരുന്നു.

"കോൺഗ്രസിലെ വലതുപക്ഷക്കാർ സമ്മേളനത്തിൽനിന്നു പൂർണമായും ഒഴിഞ്ഞു. അവർ പുതിയ സംഘടനയ്ക്ക് രൂപംകൊടുത്തു. പേരും ഇട്ടു, 'ഗാന്ധി സംഘം.'

കൂട്ടുകാരേ, കെ പി സി സിയുടെ പത്താം രാഷ്ട്രീയ സമ്മേ ളനമാണെങ്കിലും ആശയത്തിൽ വലിയ മാറ്റമാണ് വന്നുചേർന്ന ത്. കൃഷിക്കാരുടെയും തൊഴിലാളികളുടെയും മറ്റു തൊഴിലെടു ക്കുന്നവരുടെയും പ്രശ്നങ്ങൾ സമ്മേളനത്തിൽ മുന്നോട്ടുവെക്കാൻ പരിപാടികളായി. അതിനു സഹായകമായി കമ്യൂണിസ്റ്റാശയം വഴികാട്ടിയായി. സൂര്യോദയത്തിലെ ചുവപ്പു രാശി ഉയർന്നുനിന്നു.

കമ്യൂണിസ്റ്റാശയമെന്നാൽ അതൊരു തച്ചുശാസ്ത്രമാണ്. പ്രപഞ്ചവീക്ഷണത്തിന്റെ അടിസ്ഥാനത്തിൽ മെനഞ്ഞെടുത്തതാ ണ്.

കൂട്ടുകാരെ, നിങ്ങൾക്ക് വല്ലതും മനസിലായോ."

"ആ! ആ!" കൂട്ടത്തിൽ ചെറുമക്കളായ ആര്യയും ആദിഷുു മാണ് പ്രതികരിച്ചത്.

എല്ലാവരും ചിരിച്ചു.

"എന്തു മനസിലായി പിള്ളേർക്ക്" രാഹുൽ; "പിള്ളേർ പിന്നീടു പഠിക്കട്ടെ. സമ്മേളനത്തെപ്പറ്റി പറയൂ!"

മാഷ്: "മാങ്ങാട്ടുപറമ്പാകെ മാറി! കൂറ്റൻ പന്തൽ, രാജപ്ര ധാന ഗേറ്റ്: 'സുഭാഷ്' 'കിസാൻ – മസ്ദൂർ.'

പുതുതായി പുതിയ റോഡ് 'ഗാന്ധിറോഡ്.'

റോഡും സമ്മേളന സ്ഥലവും അലങ്കരിച്ചു.

കുരുത്തോലയും പൂക്കളും; പ്രസംഗിക്കാൻ പ്രത്യേകം സ്റ്റേജ്. ഓരോ കാര്യവും ശ്രദ്ധിക്കാൻ നേതാക്കൾ.

ഭക്ഷണകാര്യം മൊയാരത്ത് ശങ്കരൻ! ശരിക്കും പറഞ്ഞാൽ യഥാർഥ ഗാന്ധി ശിഷ്യനായിരുന്നു ശങ്കരൻ. മലയാളത്തിൽ കോൺഗ്രസിന്റെ ചരിത്രം ആദ്യമായി എഴുതി പ്രസിദ്ധീകരിച്ച മഹാൻ. തെറ്റിനെ എതിർക്കും, ദുരിതമനുഭവിക്കുന്നവരോട് കാരു ണ്യം കാട്ടും. അതുകൊണ്ടുതന്നെ 1948 ൽ കോൺഗ്രസിന്റെ ഗുണ്ടകൾ കൊല്ലാക്കൊല നടത്തി ജയിലിലിട്ടു കൊന്നു.

മെയ് 12 പുലരുമ്പോഴേക്കും സമ്മേളന സ്ഥലം സമുജ്ജ്വലമാ
യി. ആയിരങ്ങൾ പന്തലിൽ അണിനിരന്നു. ഉച്ചഭാഷിണിയില്ല.
എങ്ങനെ പ്രസംഗിക്കും. ആളുകൾ കുശുകുശുക്കും.

പക്ഷേ, ആളുകൾ എല്ലാം നിലത്തിരുന്നു. സ്വാഗതസംഘം
അധ്യക്ഷൻ പി എം കുഞ്ഞിരാമൻനമ്പ്യാർ സ്വാഗതപ്രഭാഷണം
നടത്തി. മുഖ്യ പ്രഭാഷണം കെ പി സി സി പ്രസിഡന്റ് മുഹ
മ്മദ് അബ്ദുറഹിമാൻ സാഹിബിന്റേതായിരുന്നു. കൃഷിക്കാരുടെ
പ്രശ്നമായിരുന്നു പ്രസംഗത്തിന്റെ വിഷയം. ജനങ്ങളിൽ പുതി
യൊരു കാഴ്ചപ്പാടും ആവേശവും ഉണ്ടാവാൻ ബക്കളം സമ്മേ
ളനം സഹായകമായി."

10

ബഹുജന പ്രസ്ഥാനം

"അഭിജിത്തും വിജിലും ഇന്ന് വലിയ ഫോമിലാണല്ലോ" ഫൗസിയയയാണ് പറഞ്ഞത്.

"മാഷ് വന്നില്ലല്ലോ" മേരി തുടർന്നു: "മാഷ് വരുന്നതുവരെ ഒരു പാട്ടുപാടാൻ പറയാം."

"രണ്ടാളുംകൂടി ഒരു പാട്ടുപാടണം എന്നാണ് ഞങ്ങളുടെ തീരുമാനം" അഭിലാഷ് അഭിജിത്തിനോടും വിജിലിനോടും പറ ഞ്ഞു.

"നിങ്ങൾ പാടിയാൽ ഞങ്ങൾ പാടാം" അഭിജിത്ത്.

"എന്നാൽ അഭിലാഷേ ഒന്നു പാടൂ" റുഖിയ.

അഭിലാഷ് എഴുന്നേറ്റുനിന്നു പാടാൻ തുടങ്ങി. "അഭിജിത്ത് ഡേ ഡേ" കൂട്ടുകാരും അതേറ്റു പറഞ്ഞു.

"വിജിലും ഡേ ഡേ" കൂട്ടുകാരും ഏറ്റുപറഞ്ഞു.

"ഇനി പാടൂ" അഭിലാഷ്.

അഭിജിത്തും വിജിലും വളരെ ഹരത്തിലായി. "എല്ലാവരും ഏറ്റുപാടണം."

"ഓഹോ അതേറ്റു." സന്ദർഭം തയാറായി.

"കോലത്തെ കോവിലകം

മാളം തോണ്ടിയ പാട്ട്

....

തമ്പ്രാന്റെ കുടുമയ്ക്ക് തീകൊളുത്തിയ പാട്ട്
ഉറവനിലയ്ക്കാഞ്ഞ നെഞ്ചിലെ ചോര ചോരച്ചാ
ലൊഴുക്കുന്ന പോലെയീമണ്ണിന്റെ പാട്ട്."
സദസാകെ പാട്ടിനാൽ ശബ്ദമുഖരിതമായി.
അപ്പോഴേക്കും മാഷ് എത്തുന്നുണ്ടായിരുന്നു. നീതു പറ
ഞ്ഞു: "ഇത് മുരളിയേട്ടന്റെ പാട്ടാ!"
"ഞാൻ താമസിച്ചുപോയല്ലേ" മാഷ്.
"അതു സാരൂല്ല, ഞങ്ങൾക്ക് കുശാലായിരുന്നു" അമൃത.
"നല്ല പാട്ടിന്റെ ലഹരിയിലാണല്ലോ എല്ലാവരും. കരിവെള്ളൂർ
മുരളിയുടെ പാട്ടാ. എനിക്കും ആ പാട്ട് ഇഷ്ടമാണ്. കഥയിലേക്ക്
കടക്കാം. കല്യാശ്ശേരിയിലെ ഹയർ എലിമെന്ററി സ്കൂളിൽ പഠി
ക്കുന്ന കുട്ടികളെല്ലാം മേൽജാതിക്കാരാണ്. അവിടെ ഒരു ഹരി
ജൻ ബാലനെ ചേർക്കാൻ ദേശീയപ്രസ്ഥാനത്തിൽ പ്രവർത്തി
ക്കുന്നവർ തീരുമാനിച്ചു. 'കറുത്ത് മെല്ലിച്ച' ഒരു ഹരിജൻ കുട്ടി.
പേര് സുമുഖൻ. കുട്ടിയുമായി രണ്ടു മൂന്നാളുകൾ സ്കൂളിൽ
കയറിച്ചെന്നു. ആഫീസ് മുറിയിലേക്കാണ് നീങ്ങിയത്. അധ്യാ
പകരും കുട്ടികളും പകച്ചു നോക്കുകയാണ്. ഹെഡ്മാസ്റ്റർ എന്തു
ചെയ്യണമെന്നറിയാതെ നിൽക്കുന്നു.
'സുമുഖനെ സ്കൂളിൽ ചേർക്കണം' വന്നയാൾ പറഞ്ഞു.
നല്ല സുമുഖൻ അധ്യാപകൻ കുശുകുശുത്തു. വിവരം നാട്ടിലാകെ
തീപോലെ പടർന്നു. രക്ഷിതാക്കൾ സ്വന്തം കുട്ടിയെ
പിടിച്ചുവലിച്ചു വെളിയിലാക്കി.
പ്രമാണിമാരായ സവർണർ ബാലനെ അടിച്ചോടിച്ചു. കുട്ടി
കരഞ്ഞു കൊണ്ടുനടന്നു.
കേരളീയനും കെ പി ആറും ഇതിൽ ഇടപെട്ടു. അധ്യാപ
കരും നാട്ടുകാരുമായി കോലാഹലമായി. 'ഹരിജനായതുകൊണ്ട്
സ്കൂളിൽ ചേർക്കാതിരുന്നുകൂടാ' വാക്കായി, വക്കാണമായി.
വാർത്ത രാജ്യമാകെ പരന്നു; ഹരിജൻ ബാലനെ സ്കൂളിൽനിന്നു
പുറത്താക്കി. കുട്ടിയെ മർദിച്ചു.
വിവരം ഗാന്ധിജിയുടെ ശ്രദ്ധയിൽപ്പെട്ടു. ഗാന്ധിജി തന്റെ
അനുയായി ആൻഡ്രൂസിനെ അന്വേഷണത്തിനയച്ചു. സി എഫ്
ആൻഡ്രൂസ് ഗാന്ധിജിയുടെ സന്തതസഹചാരിയും ദക്ഷിണാ
ഫ്രിക്കയിൽ സഹപ്രവർത്തകനുമായിരുന്നു."

കൂട്ടുകാർ ചെവികൂർപ്പിച്ചിരിപ്പാണ്. രാഹുൽ എന്തോ പറ
യാൻ എഴുന്നേറ്റെങ്കിലും കൂട്ടുകാർ പിടിച്ചിരുത്തി.

"ആൻഡ്രൂസ് പാപ്പിനിശ്ശേരിയിലും കല്യാശ്ശേരിയിലും അന്വേ
ഷണം നടത്തി. ഗാന്ധിജിയുടെ സ്വന്തം ആളെന്ന നിലയിലും
കോൺഗ്രസിന്റെ സമുന്നതൻ എന്ന നിലയിലും. പാപ്പിനിശ്ശേരി,
കല്യാശ്ശേരി ഭാഗങ്ങളിൽ ദേശീയപ്രസ്ഥാനത്തിൽ ഇത് വലിയ
ചലനമുണ്ടാക്കി.

സാമുവൽ ആറോണിന്റെ വീട്ടിലാണ് ആൻഡ്രൂസിന്റെ
താമസം. കോൺഗ്രസിന്റെ ഇവിടുത്തെ നേതാക്കളായ കെ കേള
പ്പനും ഇ സി കുഞ്ഞിക്കണ്ണനും കൂടെ ഉണ്ടായിരുന്നു.

1920 കളിൽ ആറോണിനെ ദേശീയപ്രസ്ഥാനത്തിലേക്ക്
ആകർഷിക്കാൻ വഴിവെച്ചത് ഈ സംഭവമായിരുന്നു.

ആറോൺ ദേശീയ രാഷ്ട്രീയത്തിന്റെ ആശയം നാട്ടിലാകെ
എത്തിക്കാൻ മുൻകയ്യെടുത്തു. തന്റെ ഫാക്ടറി കേന്ദ്രമാക്കി ഒരു
വായനശാല സ്ഥാപിച്ചു. കോൺഗ്രസ് സംഘടന ശക്തമാക്കാൻ
ഇവ ഇടയാക്കി. കെ പി ആർ, എ കെ ജി, കേരളീയൻ എന്നിവർ
ഈ പ്രദേശങ്ങളിൽ നിരന്തരം ബന്ധപ്പെട്ടു.

ഇതിനിടയിൽ ആനന്ദതീർഥൻ കല്യാശ്ശേരിയിൽ ഹാജിമൊ
ട്ടക്ക് ഒരു ബദൽ സ്കൂൾ സ്ഥാപിച്ചു. നാനാ ജാതിയിൽപ്പെട്ട
കുട്ടികളെ പഠിപ്പിക്കാൻ ഏർപ്പാടു ചെയ്തു.

1930 ലെ ഉപ്പുകുറുക്കൽ സമരത്തിൽ ആറോൺ സാമുവലും
ഭാര്യയും കോഴിക്കോട്ടു പങ്കെടുത്തു, അറസ്റ്റു വരിച്ചു ജയിലിൽ
പോയി, സജീവ കോൺഗ്രസുകാരായി. ആറോൺ കോൺഗ്ര
സിന്റെ നേതാവായി അറിയപ്പെട്ടു."

മാഷ് തുടർന്നു: "എന്നാൽ കമ്പനി മുതലാളി എന്ന നില
യിൽ ആറോൺ മറ്റൊരു തലത്തിൽ ചിന്തിപ്പിച്ചു. പാപ്പിനിശ്ശേരി
മില്ലിൽ തൊഴിലാളി സംഘടനാ പ്രവർത്തനം സജീവമായി.
മില്ലിലെ ഒരു തൊഴിലാളിയെ വീവിങ് മാസ്റ്റർ മർദിച്ചു. മാണി
ക്കോരൻ ആയിരുന്നു തൊഴിലാളി. കോരൻ തിരിച്ചടിച്ചു.

കമ്പനിയിൽ ആകെ പ്രശ്നമായി, കോരനെ മുതലാളി പിരി
ച്ചുവിട്ടു.

കോരനെ പിരിച്ചുവിട്ടതിൽ തൊഴിലാളികൾ പ്രതിഷേധിച്ചു. മുദ്രാവാക്യമുയർന്നു: 'പിരിച്ചുവിട്ട തൊഴിലാളിയെ തിരിച്ചെടു ക്കുക.'

കെ പി ആർ ഗോപാലൻ, കേരളീയൻ, വിഷ്ണുഭാരതീയൻ എന്നിവർ തൊഴിൽ പ്രശ്നത്തിൽ ഇടപെട്ടു. മുതലാളി വഴങ്ങാൻ തയാറായില്ല. പവർലൂമിലെ തൊഴിലാളികൾ ഒന്നടങ്കം പണിമുട ക്കി. മുതലാളി പ്രശ്നം തീർക്കാൻ തയാറല്ല. എന്നുമാത്രമല്ല, തൊഴിലാളി നേതാക്കളെയും പിരിച്ചുവിട്ടു.

പി കൃഷ്ണപിള്ള സമരത്തിൽ ഇടപെട്ടു. സമരം പിൻവലി ക്കാൻ സഖാവ് ആഹ്വാനം ചെയ്തു. തൊഴിലാളികൾ എഴുതി ക്കൊടുത്തതിന്റെ അടിസ്ഥാനത്തിൽ എല്ലാവരെയും തിരിച്ചെടു ത്തു" മാഷ് പറഞ്ഞു നിർത്തി.

"എന്നിട്ടോ" സന്തോഷാണ് ചോദിച്ചത്.

"ശരിക്കും തൊഴിലാളി യൂണിയൻ രൂപീകൃതമാവുന്നത് അതോടെയാണ്" മാഷ്: "സംഘടനാ പ്രവർത്തകർ കോൺഗ്രസ് സോഷ്യലിസ്റ്റ് പാർട്ടി നേതാക്കളുമായി ആശയ വിനിമയം നട ത്തി. സംഘടനാ സെക്രട്ടറിയായി കമ്പനിത്തൊഴിലാളിയായ സി യു കുഞ്ഞപ്പയെ നിശ്ചയിച്ചു. വിവരമറിഞ്ഞ മുതലാളി ആരോൺ, കുഞ്ഞപ്പയെയും പിരിച്ചുവിട്ടു.

ഈയൊരവസരത്തിലാണ് പറശ്ശിനിക്കടവിൽ ചിറയ്ക്കൽ താലൂക്ക് കിസാൻ സമ്മേളനം നടക്കുന്നത്. സമ്മേളനത്തിൽ ആരോൺ മിൽ തൊഴിലാളികൾ പങ്കെടുത്തു. അതോടെ മിൽ തൊഴിലാളികൾ അവകാശബോധമുള്ളവരും ആത്മാഭിമാനമു ള്ളവരുമായി" മാഷ് നിർത്തി.

"കോൺഗ്രസ് സോഷ്യലിസ്റ്റ് പാർട്ടിയായും അതിനുള്ളിൽ കോൺഗ്രസ് രഹസ്യമായി കമ്യൂണിസ്റ്റ് പാർട്ടിയുമായും പ്രവർത്തിക്കാൻ തുടങ്ങിയിരുന്നു." ഗോമതി തുടർന്നു: "1939 ൽ ബക്കളം സമ്മേളനം നടന്നു. പാപ്പിനിശ്ശേരിയിലെ ട്രേഡ്യു ണിയൻ സെക്രട്ടറിയായി ഇ കെ നായനാർ വന്നു. തൊഴിലാളി കൾ ദേശീയപ്രസ്ഥാനവുമായി ബന്ധപ്പെട്ടവരായി മാറി. അതോടെ തൊഴിലാളികൾ തങ്ങളുടെ ന്യായമായ അവകാശങ്ങൾക്കായി സമരം ചെയ്യാൻ തീരുമാനിച്ചു." ഗോമതി റൗലത്തിനെ നോക്കി. റൗലത്താണ് പിന്നീടു തുടർന്നത്: "മുതലാളി ആവശ്യങ്ങൾ

അംഗീകരിക്കാൻ കൂട്ടാക്കിയില്ല. തൊഴിലാളികൾ ദേശീയ പ്രസ്ഥാ നവുമായി ബന്ധപ്പെട്ടു പണിമുടക്ക് സമരംതന്നെ ചെയ്യാൻ തീരു മാനമെടുത്തു. 1940 ഏപ്രിൽ 15 ന് തൊഴിലാളികൾ പണിമുടക്ക് സമരം ആരംഭിച്ചു.

"പണിമുടക്കാത്ത തൊഴിലാളികളെ പിക്കറ്റ് ചെയ്തു. അതോടെ അന്തരീക്ഷം കലുഷിതമായി. സമരത്തെ നേരിടാൻ ആറോൺ മുതലാളി വളപട്ടണം പൊലീസിൽ പരാതിപ്പെട്ടു. സബ് ഇൻസ്പെക്ടർ കുട്ടികൃഷ്ണ മേനോൻ മർദനം അഴിച്ചു വിട്ടു. തൊഴിലാളികളെ ഭീഷണിപ്പെടുത്തിയും അറസ്റ്റ് ചെയ്തും ഭീകരാന്തരീക്ഷം സൃഷ്ടിച്ചു. പണിമുടക്ക് സമരം നീണ്ടതോടെ തൊഴിലാളികൾക്ക് വിഷമം കൂടി. എന്നാൽ കൃഷിക്കാരും നാട്ടു കാരും തൊഴിലാളികൾക്ക് കഞ്ഞിയും കപ്പയും ശേഖരിച്ചെത്തി ച്ചു. സമരജ്വാല നാട്ടിലാകെ അലയടിച്ചു. സമരത്തിന്റെ മുദ്രാ വാക്യം രാഷ്ട്രീയ പ്രതിബദ്ധതയുള്ളതാക്കി മാറ്റി.

1. പിരിച്ചുവിട്ട തൊഴിലാളികളെ തിരിച്ചെടുക്കുക.

2. ഇന്ത്യ യുദ്ധത്തിൽനിന്നും പിന്മാറുക.

3. ട്രേഡ്യൂണിയന്റെ സ്വാതന്ത്ര്യം അനുവദിക്കുക!

തൊഴിലാളി രാഷ്ട്രബോധമുള്ളവരായിമാറുകയും സംഘ ടനയുടെ പ്രാധാന്യം ഉൾക്കൊണ്ട് സ്വാതന്ത്ര്യസമരപ്രസ്ഥാന ത്തിന്റെ ഭാഗമായി മാറുകയും ചെയ്തു.

സ്വാതന്ത്ര്യസമരപ്രസ്ഥാനത്തിന്റെ കേന്ദ്രമായി പാപ്പിനിശ്ശേരി മാറി. നേതാക്കൾ നിരന്തരമായി അവിടെ സംബന്ധിച്ചു.

മുതലാളി സമരം തച്ചുതകർക്കാൻ തന്നെ തീരുമാനിച്ചു. സർക്കാരാണെങ്കിൽ അതിനുവേണ്ട എല്ലാ സന്നാഹങ്ങളും ഒരു ക്കുകൂട്ടി. വമ്പിച്ച പൊലീസ് സന്നാഹം പാപ്പിനിശ്ശേരിയിൽ കേന്ദ്രീകരിച്ചു, നിരോധനാജ്ഞ പ്രഖ്യാപിച്ചു.

ലാത്തിച്ചാർജും അറസ്റ്റും നിരന്തരം നടന്നു. അതിൽ കമ്പനി തൊഴിലാളികൾ മാത്രമല്ല നേതാക്കൾ അടക്കം അറസ്റ്റ് ചെയ്യ പ്പെട്ടു. ഇ കെ നായനാർ, വിഷ്ണുഭാരതീയൻ, കാന്തലോടു കുഞ്ഞമ്പു എന്നിവർ അറസ്റ്റു ചെയ്യപ്പെട്ടു. പാപ്പിനിശ്ശേരിയിൽ ഒരു ബഹുജനസമരം ആളിപ്പടർന്നു. കർഷകർ, നാട്ടുകാർ, എല്ലാ വരും സമരസഹായകമ്മിറ്റിയിലേക്കു അണിനിരന്നു. സമരത്തെ സഹായിക്കാൻ വളണ്ടിയർമാരും ഉണ്ടായിരുന്നു. അവരിൽ പല

രെയും അറസ്റ്റ് ചെയ്തു. അതിലാണ് കടമ്പേരിയിലെ അച്ചുത വാര്യർ അറസ്റ്റ് ചെയ്യപ്പെട്ട് ജയിലിലായത്.

സമരം 40 ദിവസം നീണ്ടുനിന്നു. വമ്പിച്ച രാഷ്ട്രീയ മുന്നേ റ്റത്തിന് ഇത് വഴിവെച്ചു. നേതാക്കൾ ആലോചനനടത്തി സമരം പിൻവലിച്ചു. ഈ സമരവും കൂടിയാണ് മൊറാഴ സംഭവത്തിന് വ്യക്തമായ പശ്ചാത്തലം ഒരുക്കിയത്. മർദന പ്രതിഷേധദിനം, പൗരസ്വാതന്ത്ര്യദിനം, യുദ്ധപ്രഖ്യാപന പ്രതിഷേധ ദിനം. നാട്ടി ലാകെ പ്രക്ഷോഭത്തിന്റെ വേലിയേറ്റം.

ജനങ്ങളാകെ ഇളകി. ഇടതുപക്ഷ കെ പി സി സി മർദന പ്രതിഷേധദിനം ആചരിക്കാൻ ആഹ്വാനമായി. ചിറയ്ക്കൽ താലൂ ക്കിൽ കീച്ചേരിയിൽ പ്രതിഷേധദിനം.

11

പ്രതിഷേധിക്കുക! പ്രതിഷേധിക്കുക!

"**കേരള**പ്രദേശ് കോൺഗ്രസ് കമ്മിറ്റി കെ പി സി സി ഇടതു പക്ഷത്തിന്റെ നേതൃത്വത്തിലായിരുന്നു."

"കേരളപ്രദേശ് എന്നു പറയുന്നത് ഇന്നത്തെ കേരള പ്രദേ ശമായ തിരുവിതാംകൂറും കൊച്ചിയും നാട്ടുരാജ്യങ്ങൾ. അവയൊ ഴിച്ചുള്ളതാണ് കേരളം. അതായത് മലബാർ പ്രദേശം. മലബാർ മദിരാശി സംസ്ഥാനത്തിന്റെ ഭാഗമാണ് ബ്രിട്ടീഷ് ഭരണത്തിൽ."

സുകന്യ തുടർന്നു: "എന്നാൽ തിരുവിതാംകൂറിലും കൊച്ചിയി ലുമുള്ള ചില കോൺഗ്രസ് നേതാക്കൾ കെ പി സി സിയിൽ ഉണ്ടായിരുന്നു."

"അവരിൽ പ്രധാനികളുടെ പേരറിയാമോ?"

മാഷ് തുടർന്നു: "കെ സി ജോർജ്, ഇക്കണ്ട വാര്യർ, സി എസ് ഗോപാല പിള്ള തുടങ്ങിയവർ. ഈയൊരു സാഹചര്യ ത്തിൽ ഇടതുപക്ഷ പ്രവർത്തകരെയാണ് അറസ്റ്റ് ചെയ്തു ജയി ലിലടച്ചഗ്. പോരാതെ കടുത്ത മർദനവും അഴിച്ചുവിട്ടു."

"എന്നിട്ടോ."

"ഇതിനാണ് കെ പി സി സി പ്രതിഷേധിക്കാൻ ആഹ്വാനം ചെയ്തത്."

"തീയതിയും തീരുമാനിച്ചു. 1940 സെപ്തംബർ 15."

"കേരളഘടകത്തിന്റെ തീരുമാനത്തെ അഖിലേന്ത്യാ

കോൺഗ്രസ് കമ്മിറ്റി — എ ഐ സി സി അംഗീകരിച്ചില്ല. മാത്ര മല്ല, കേന്ദ്ര നേതൃത്വത്തിന്റെ അംഗീകാരമില്ലാതെ പ്രതിഷേധ ദിനം ആചരിക്കാൻ തീരുമാനിച്ചു. കേരളപ്രദേശ് കോൺഗ്രസ് കമ്മിറ്റിയെ പിരിച്ചുവിടുകയും ചെയ്തു."

"കേരളത്തിലെ കോൺഗ്രസ് കമ്മിറ്റിയായി പ്രവർത്തിക്കാൻ നന്ദകോളിയർ എന്ന കോൺഗ്രസ് നേതാവിനെ സ്പെഷ്യൽ ആഫീസറായി നിയമിച്ചു.

നന്ദകോളിയർ കേരളത്തിന്റെ ചാർജ് ഏറ്റെടുത്ത് കെ പി സി സിയുടെ തീരുമാനം റദ്ദ് ചെയ്തതായി പ്രസ്താവന ഇറ ക്കി!

സ്പെഷ്യൽ ആഫീസറുടെ പ്രസ്താവനയെ കെ പി സി സി തള്ളിക്കളഞ്ഞു. തങ്ങളുടെ തീരുമാനവുമായി മുമ്പോട്ടു പോകാൻതന്നെ തീരുമാനിച്ചു.

അപ്പോഴേക്കും കേരളത്തിലെ കോൺഗ്രസ്, കോൺഗ്രസ് സോഷ്യലിസ്റ്റ് പാർട്ടിയും അതിനുള്ളിൽ കമ്യൂണിസ്റ്റ് പാർട്ടിയും രൂപീകരിച്ചു പ്രവർത്തനം സജീവമാക്കിയിരുന്നു. കെ പി സി സിയുടെ തീരുമാനം നാട്ടിലാകെ ചൂരും പാട്ടും പകർന്നു. ജയിൽവിമുക്തരായ കോൺഗ്രസ് പ്രവർത്തകർ സജീവമായി. കോൺഗ്രസിനെ ഒരു ബഹുജന പ്രസ്ഥാനമാക്കേണ്ട പ്രധാ ന്യം നേതാക്കൾ വിലയിരുത്തി; 'കൃഷിക്കാരെയും തൊഴിലാളി കളെയും പ്രസ്ഥാനത്തിൽ കൊണ്ടുവരുന്നതിനു പ്രവർത്തിച്ചു. ജന്മി, നാടുവാഴിവിരുദ്ധ പ്രക്ഷോഭത്തിനു ശക്തികൂടി. ഒപ്പം ബ്രിട്ടീഷ് സാമ്രാജ്യത്വത്തിനും.' മലബാറിലാകെ, നാടാകെ ചൈത ന്യവത്തായി." മാഷ്, "കൃഷിക്കാരും തൊഴിലാളികളും അവരുടെ വർഗപ്രസ്ഥാനം എന്ന നിലയിൽ അവരുടെ ചെങ്കൊടിയും ദേശീയ സ്വാതന്ത്ര്യസമര ചിഹ്നമായ ദേശീയ പതാകയോടൊപ്പം കൈയിലേന്തി.

കർഷക, തൊഴിലാളി ഐക്യം സിന്ദാബാദ്! രക്തപതാക സിന്ദാബാദ്! മുദ്രാവാക്യം വിളിച്ചു.

കെ പി സി സിയുടെ ആഹ്വാനത്തെത്തുടർന്ന് നാട്ടിലാകെ പ്രതിഷേധ പ്രകടനങ്ങളും പൊതുയോഗങ്ങളും നടന്നു. പ്രതി ഷേധ പ്രകടനം നടത്തിയവരെ പൊലീസ് മർദ്ദിക്കുകയും അറസ്റ്റ് ചെയ്യുകയും ചെയ്തു.

യുദ്ധത്തിന്റെ കെടുതി കുറച്ചൊന്നുമല്ല നാട്ടിൽ വരുത്തിവെ
ച്ചത്. നാട്ടിൽ തൊഴിലില്ല, വിലക്കയറ്റമാണെങ്കിൽ അതിന്റെ മൂർധ
ന്യത്തിൽ, യുദ്ധത്തിന്റെ പേരിൽ നിർബന്ധപ്പിരിവ്, ജനാധിപ
ത്യ അവകാശങ്ങൾ നാട്ടിൽനിന്നും പോയി, സ്വേച്ഛാധിപത്യ
ത്തിന്റെ കൽപ്പനയാണെങ്ങും. ജനങ്ങൾ മറുമുറെ പട്ടിണിയിൽ.
ജനജീവിതം ദുസ്സഹമായി.

1940 സെപ്തംബർ – 15 പ്രതിഷേധദിനമായി ആചരിക്കാൻ
കെ പി സി സി ആഹ്വാനം ചെയ്തു. എന്നാൽ അന്നത്തെ മല
ബാർ കളക്ടർ വില്യംസ് നിരോധനാജ്ഞ പ്രഖ്യാപിച്ചു. പ്രതി
ഷേധദിനാചരണം നിരോധിച്ചു.

കളക്ടറുടെ ഉത്തരവ് ജനങ്ങളുടെ രോഷാഗ്നിയിൽ എണ്ണ
യൊഴിക്കാനേ സഹായിച്ചുള്ളു.

അക്രമം, കൈയുംകെട്ടി നോക്കി നിൽക്കാൻ തയാറല്ല: അതാ
യിരുന്നു ജനങ്ങളുടെ തീരുമാനം.

കോൺഗ്രസ് സംഘടനയുടെ അതുവരെയുള്ള സമരായുധ
ത്തിൽനിന്ന് തികച്ചും ഭിന്നമായിരുന്നു ഈ പ്രതികരണം!" മാഷ്
തുടർന്നു.

"ജനങ്ങളിൽ ഉരുത്തിരിഞ്ഞുവരികയായിരുന്നു അമർഷ
ത്തിന്റെ ഈ കനലെരിച്ചൽ! അതാണ് അതിന്റെ രാഷ്ട്രീയപ്രാധാ
ന്യവും! മൊറാഴയുടെ കഥയിലെ പ്രസക്തിയും!

സെപ്തംബർ 15 പ്രതിഷേധദിനമായി ആചരിക്കാൻ പല
കേന്ദ്രങ്ങളിലും പദ്ധതികൾ ആസൂത്രണം ചെയ്തു.

തലശ്ശേരി, മട്ടന്നൂർ, കീച്ചേരി. കീച്ചേരിയിൽ മറ്റൊരു പരിപാ
ടിക്കും കൂടി രൂപംകൊടുത്തിരുന്നു. അതു പ്രതിഷേധദിനാചര
ണത്തിനുമുമ്പ് രൂപംകൊടുത്തതാണ്. ചിറയ്ക്കൽ താലൂക്കു
കർഷകസംഘത്തിന്റെ ആഭിമുഖ്യത്തിൽ ഒരു വിശേഷാൽ സമ്മേ
ളനം.

അങ്ങനെ കർഷക സമ്മേളനത്തിനൊപ്പം പ്രതിഷേധദിനവും
കൂടിയായി വലിയൊരു പരിപാടി.

ചിറയ്ക്കൽ താലൂക്കിന്റെ വിവിധ ഭാഗങ്ങളിൽനിന്ന്
കർഷകത്തൊഴിലാളികളും ജാഥയായി വരിക, നാട്ടിലാകെ കർഷ
കരുടെ അവകാശങ്ങൾ സ്ഥാപിച്ചെടുക്കുക, ജന്മി, നാടുവാഴി

ചെയ്തികളെ തുറന്നു കാട്ടുക, പുതിയൊരു സംസ്കാരം വിളം
ബരം ചെയ്യുക.

അതിനായി കയരളം, കണ്ടക്കൈ, എള്ളെരിഞ്ഞി, ആന്തൂർ,
പാപ്പിനിശ്ശേരി, കല്യാശ്ശേരി, മൊറാഴ തുടങ്ങി എല്ലാ
പ്രദേശങ്ങളിലും മുന്നൊരുക്കത്തിനു പരിപാടിയും. കർഷകസം
ഘത്തിന്റെ നേതാക്കൾ നാട്ടിലാകെ ഓടി നടന്നു, ജനങ്ങളെ
സജ്ജരാക്കി. കീച്ചേരിയിൽ വലിയൊരു സമ്മേളനത്തിനുള്ള ഒരു
ക്കങ്ങൾക്കും തുടക്കമിട്ടു. ജനങ്ങളുടെ നാവിൻതുമ്പിൽ 'ചരലോ
ചരലോ കീച്ചേരി' എന്നു തത്തിക്കളിക്കാൻ തുടങ്ങി."

12
ആ കുളമ്പടി ശബ്ദം

"എല്ലാവരും വന്നില്ലേ" മാഷ് തിരക്കി.

"ആ" കുട്ടികൾ ഒപ്പം ശബ്ദിച്ചു.

"ഇന്ന് ഒരാൾ പുതുതായുണ്ട്" നാദിയ പറഞ്ഞു.

"ഓ, നാണിയമ്മയോ!" മാഷ്.

നാദിയ: "ഞാൻ കൂട്ടിവന്നതാ."

"വളരെ നന്നായി. അതിന്റെ ക്രെഡിറ്റ് നിനക്കുതന്നെ. നാണി യമ്മക്ക് പഴയകാര്യങ്ങൾ നന്നായറിയാം. അവരെയും കൂട്ടാം ഇന്നു കഥപറയാൻ" മാഷ്.

വെളുത്തമുണ്ടും ചുവന്ന ബ്ലൗസും വേഷ്ടിയുമാണ് നാണി യമ്മയുടെ വേഷം.

നാണിയമ്മ നന്നായൊന്നു ചിരിച്ചു. "അങ്ങനെയൊന്നുമറി യില്ല. അമ്മ പറഞ്ഞു കേട്ടതുണ്ട്, അനുഭവിച്ചതും."

"നാണിയമ്മയ്ക്ക് എല്ലാം അറിയാം ഓർമിച്ചെടുക്കണമെന്നേ ഉള്ളൂ" മാഷ് പ്രോത്സാഹിപ്പിച്ചു.

ഗോമതിയും ഖൗലത്തും എന്തോ സ്വകാര്യം പറയുന്നത് മാഷ് ശ്രദ്ധിച്ചു. തിരക്കി.

"ഏയ് ഒന്നുമില്ല;" രണ്ടുപേരും നിഷേധിച്ചു. അടുത്തിരുന്ന നീലിമ, എഴുന്നേറ്റു നിന്നു "ഞാൻ പറയാം."

"പറഞ്ഞോ" മാഷ്.

അവർ അടക്കം പറഞ്ഞത് നാണിയമ്മ വലിയ "ചോപ്പനാ ന്നാ."

ഇതുകേട്ടപ്പോൾ നാണിയമ്മയ്ക്ക് വലിയ സന്തോഷമായി. "എനിക്ക് വലിയ ബഹുമതിയാ" നാണിയമ്മ പ്രതികരിച്ചു.

"മൊറാഴ സംഭവം നടന്നത്" മാഷ് തിരക്കി.

"സെപ്തംബർ 15 ന്" കൂട്ടുകാർ ഒപ്പം പറഞ്ഞു.

"അടുത്തദിവസം, സെപ്തംബർ 16" കൂട്ടുകാർ.

"1940 സെപ്തംബർ 16."

"മൊറാഴ സംഭവത്തിന്റെ അടുത്തദിവസം സെപ്തംബർ 16 ന് എന്താ വിശേഷം."

"നാണിയമ്മ പറയട്ടെ."

നാണിയമ്മ ഒന്നു നീങ്ങിയിരുന്നു പറയാൻ തുടങ്ങി:

"എനിക്കന്ന് പത്ത് വയസ്സ്. അച്ഛൻ ഇന്നലെ അഞ്ചാംപീടി കയിൽ പോയിട്ടു വന്നിട്ടേയില്ല. ഞാനും അമ്മയും മാത്രമേ വീട്ടി ലുള്ളൂ. നേരം പാതിരാവായിക്കാണും എങ്ങും കനത്ത നിശ്ശ ബ്ദത, അതിനൊരു ഭംഗമെന്നോണം കുറുക്കന്റെ ഓരിയിടൽ. ഉറക്കം വരുന്നേയില്ല. വല്ലാത്ത ഭയം. അമ്മ എന്തോ പ്രതീക്ഷി ച്ചതുപോലെ:

കുതിരക്കുളമ്പടി ശബ്ദം. ചെവി കൂർപ്പിച്ചു. അതേ കുളമ്പടി ശബ്ദം തന്നെ;" നാണിയമ്മ നിർത്തി. കുട്ടികളെല്ലാം നിശ്ശബ്ദ രായി. ആകാംക്ഷയോടെ ചെവികൂർപ്പിച്ചു.

അൽപ്പം കഴിഞ്ഞ് നാണിയമ്മ ഒരു നെടുവീർപ്പിട്ടു തുടർന്നു: "ഉള്ളൊന്നു കാളി. താളക്രമത്തിലാണ് ശബ്ദം. അടുത്തടുത്തു വരികയാണ്. അമ്മ എഴുന്നേറ്റിരുന്നു. ചിമ്മിണി വിളക്കിന്റെ ചെറു നാളവും കെടുത്തി."

നാണിയമ്മ വല്ലാതെ കിതയ്ക്കുന്നു. പക്ഷേ തുടർന്നു: "അമ്മയും ഞാനും ശ്വാസോച്ഛാസം ചെറുതാക്കി. എന്നാൽ നെഞ്ചിടിപ്പു കൂടി. അതു പെരുമ്പറ കൊട്ടുകയാണ്. വിറച്ചു വിറച്ച് അമ്മ എഴുന്നേറ്റു നിന്നു. ജനൽപ്പാളിയിലൂടെ പുറത്തേക്ക് നോക്കി."

എല്ലാവരും വളരെ ആകാംക്ഷയോടെ കേട്ടിരുന്നു. നാണി യമ്മ തുടർന്നു: "പുറത്ത് നിലാവുണ്ട്. പക്ഷേ, മഴക്കാറുകൊണ്ട്

വിറങ്ങലിച്ച പ്രകാശം. അതിനിടയിൽ മിന്നാമിനുങ്ങിന്റെ നുറുങ്ങു വെളിച്ചം."

ടക്ക് ടക്ക് ടക്ക് ടക്ക്

ടക്ക് ടക്ക് ടക്ക് ടക്ക്

നാണിയമ്മ വീണ്ടും ശ്രദ്ധിച്ചു.

"ആ ശബ്ദം അകന്നകന്ന് അകലേക്കു നീങ്ങി. മലബാർ സ്പെഷ്യൽ പൊലീസ് — എം എസ് പി — ഗ്രാമത്തിന്റെ നാട്ടു വഴിയിലൂടെ തലങ്ങും വിലങ്ങും ഇരച്ചുനീങ്ങുകയാണ്. അവ രുടെ ബൂട്ടിന്റെ ശബ്ദമാണ് കുതിരക്കുളമ്പടി."

നാണിയമ്മ തുടർന്നു: "ബ്രിട്ടീഷുകാരുടെ പൊലീസ് സബ് ഇൻസ്പെക്ടർ നിലംപതിച്ചതല്ലേ. മിനിട്ടുവെച്ച് കുണ്ടോട്ടി മല പ്പുറത്തുനിന്ന് എം എസ് പിക്കാർ ഇവിടേക്ക് കുതിച്ചെത്തി."

മൊറാഴയിലെയും പരിസരപ്രദേശത്തുമുള്ള പുരുഷന്മാ രെയെല്ലാം തിരക്കുകയാണ് പൊലീസുകാർ ചെയ്തത്.

എന്നാൽ ഒരാളും വീട്ടിലില്ല. പൊലീസിന്റെ കണ്ണിൽപ്പെട്ടാൽ എല്ലു സൂപ്പാക്കും" നാണിയമ്മ തുടർന്നു: "ധർമത്തിനു പോകുന്ന മോടോൻ ശങ്കരനെ പൊലീസിന് വഴിയിൽ കിട്ടി. 'ഇങ്ങോട്ടുവാ ടാ നീ ഗോപാലന്റെ ഏജന്റാണല്ലേ' ശങ്കരൻ കിടുകിടാ വിറച്ചു. നിന്ന നിൽപ്പിൽ മൂത്രമൊഴിച്ചു. സഞ്ചരിച്ചുകിട്ടിയ പൊക്കണ ത്തിലെ അരി തട്ടിച്ചാടി. മടി പിടിച്ചുനോക്കിയപ്പോൾ ചില്ലിക്കാ ശ്. അതു പിടിച്ചെടുത്തു. കൈയിലെ ഊന്നുവടി പിടിച്ചെടുത്ത് അഞ്ചെട്ടു തല്ലും കൊടുത്തു. ഒരു ആജ്ഞ, 'ഗോപാലനെ പിടി ച്ചുകൊണ്ടുവരണം.' ശങ്കരൻ കരഞ്ഞുകൊണ്ടു തിരിഞ്ഞു നോക്കാതെ മുടന്തിയോടി."

"പൊലീസുകാർക്ക് ആരെയും കിട്ടിയില്ലേ" സൂര്യ ആകാം ക്ഷയോടെ ചോദിച്ചു.

"പലരെയും കിട്ടി. അടിച്ചടിച്ചുവലിച്ചു കൊണ്ടുപോയി."

"സംഭവസ്ഥലത്തുപോലും പോകാത്തവരെയാണ് പിടികൂ ടിയത്. രണ്ടുസ്ഥലത്താ പൊലീസ് ക്യാമ്പ്. ഒന്ന് അഞ്ചാംപീടിക യിലും മറ്റൊന്ന് ബക്കളത്തും. ക്യാമ്പിലെത്തിയാൽ ക്രൂരമർദനം. ഒന്നുരണ്ടും ദിവസം കഴിഞ്ഞാൽ തച്ചുവിടും. ഗോപാലനെയും ഭാരതീയനെയും പിടിച്ചുകൊണ്ടുവരാൻ പറയും."

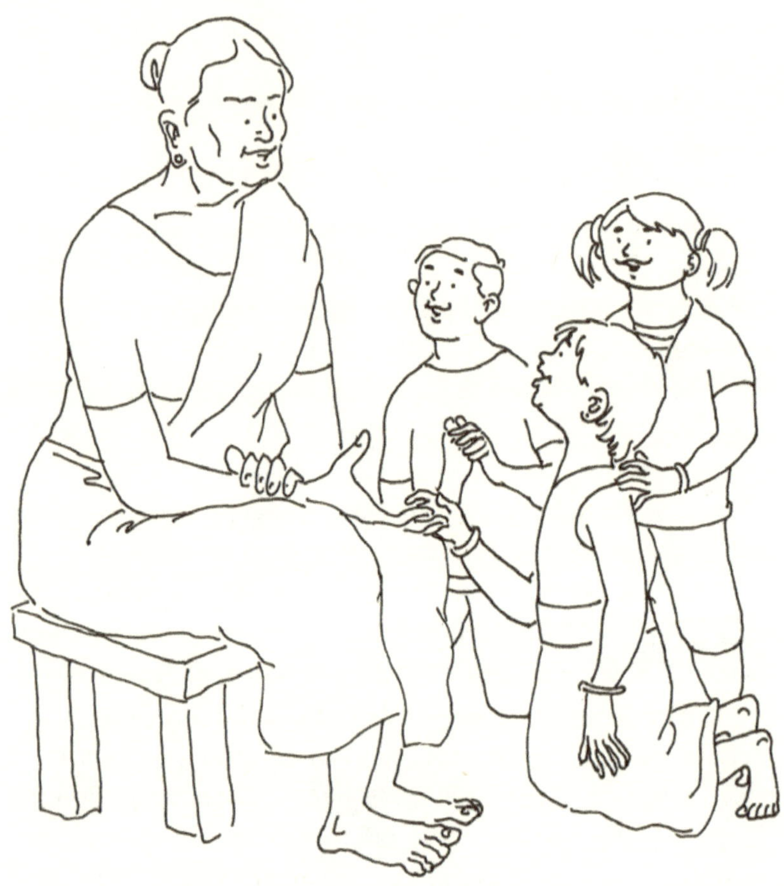

"കുതിരക്കുളമ്പടി ശബ്ദം ഗ്രാമത്തിലെങ്ങും മുഴങ്ങി, പകലും രാത്രിയും വ്യത്യാസമില്ലാതെ. പൊലീസിന്റെ ചലനമറിഞ്ഞാൽ കുട്ടികൾ ഒളിവുകേന്ദ്രത്തിൽ വിവരം കൊടുക്കും. പുരുഷന്മാരെ കിട്ടാതായപ്പോൾ പൊലീസുകാർ വീട്ടിൽ കയറി പരക്കെ അക്രമം തുടങ്ങി."

നാണിയമ്മയ്ക്ക് ഒരു ഗ്ലാസ് വെള്ളം വേണം.

വെള്ളം കുടിച്ച് നാണിയമ്മ തുടർന്നു: "പൊലീസുകാർ വീട്ടി ലെത്തിയാൽ കൊള്ളയാണ്. പെട്ടിയും പത്തായവും പരതും. എല്ലാം വാരിവലിച്ചിടും, ചട്ടിയും കലവും തച്ചുടയ്ക്കും. കിണ്ണം അടിച്ചുടച്ചു ചാടും. ഉരലും ഉലക്കയും കിണറ്റിലിടും അമ്മിക്കല്ലും

കുട്ടിയും പണവും പണ്ടവും തട്ടിക്കൊണ്ടുപോകും, കഴുത്തി ലുള്ള മിന്നുപോലും."

നാണിയമ്മയുടെ മുഖം വിവർണമായി. എല്ലാവരുടെ കണ്ണും നാണിയമ്മയുടെ മുഖത്ത്. നാണിയമ്മ തുടർന്നു: "കുട്ടികൾക്ക റിയില്ല ബ്രിട്ടീഷ് പൊലീസിന്റെ ക്രൂരത!" നാണിയമ്മ പേടിച്ചര ണ്ടപോലെ; "എങ്ങനെയാ മക്കളെ ഞാൻ പറയേണ്ടത്."

അപ്പോഴേക്കും ഇതുവരെ അനങ്ങാതിരുന്ന കുഞ്ഞുണ്ണി എഴുന്നേറ്റുനിന്നു. ആകാശം പൊട്ടുമാറുവിളിച്ചുപറഞ്ഞു: "പൊ ലീസ് മർദനം അവസാനിപ്പിക്കുക" കൂട്ടുകാരെല്ലാം എഴുന്നേറ്റു നിന്നു അമർഷത്തോടെ മുദ്രാവാക്യം വിളിച്ചു: "പൊലീസ് മർദനം മൂർദാബാദ്!"

മാഷ് ഇടപെട്ടു, "നാണിയമ്മ പറയട്ടെ; ഇത്തരം സംഭവം ആവർത്തിക്കാതിരിക്കാൻ നമുക്ക് പ്രതിജ്ഞയെടുക്കാം."

നാണിയമ്മ കുറച്ചുകൂടി വെള്ളം കുടിച്ച് പറയാൻ തുടങ്ങി: "അതെല്ലാം നമുക്ക് ഇപ്പോൾ പറയാം നാട്ടിലാകെ നരനായാട്ടാ. മൊറാഴ, കല്യാശ്ശേരി, പാപ്പിനിശ്ശേരി പ്രദേശങ്ങളിലൊക്കെ കണ്ണിൽക്കണ്ടവരെയെല്ലാം പിടിച്ചുകൊണ്ടുപോയി തല്ലിച്ചതച്ചു.

അഞ്ചാംപീടികയിൽ ഒരു സ്തൂപമുണ്ട്, അതിൽ എല്ലാ പ്രതി കളുടെയും പേരുകളെഴുതിവച്ചിട്ടുണ്ട്.

'മൊറാഴ സമരസ്മാരകം എന്നാണ്' മേലെ എഴുതിയിട്ടുള്ള ത്. അതിനു താഴെ മൊറാഴ സമരനായകർ എന്നും നമ്പറിട്ടാണ് എഴുതിയിട്ടുള്ളത്;

1. കെ പി ആർ ഗോപാലൻ
2. വി എം വിഷ്ണുഭാരതീയൻ
3. ഇ നാരായണൻ നായനാർ
4. എം ഇബ്രാഹിം
5. ടി ടി രാഘവൻ നമ്പ്യാർ
6. ടി ദാമോദരൻ നമ്പ്യാർ
7. ടി നാരായണൻ നമ്പ്യാർ
8. എം ഗോവിന്ദൻ നമ്പ്യാർ
9. സി എച്ച് ചാത്തുക്കുട്ടി നമ്പ്യാർ
10. കെ വി കൃഷ്ണൻമാസ്റ്റർ
11. ടി കുഞ്ഞിരാമൻ മാസ്റ്റർ

12. ടി ടി ഗോവിന്ദൻ
13. പാമ്പൻ രാമൻ
14. പി കെ കുഞ്ഞിരാമൻ
15. ഈച്ച അപ്പ
16. കെ കെ പി കണ്ണൻ
17. മുല്ല കുഞ്ഞമ്പു
18. അറയ്ക്കൽ കുഞ്ഞിരാമൻ
19. കോയാടൻ കുഞ്ഞിരാമൻ നമ്പ്യാർ
20. എലിയൻ കുഞ്ഞപ്പ
21. വി അബൂബക്കർ
22. കെ വി കുട്ടി
23. പി ഗോവിന്ദൻ നായർ
24. പി ബാലകൃഷ്ണൻനായർ
25. വി വി നാരായണൻ
26. പി വി അച്യുതൻ നമ്പ്യാർ
27. സി എച്ച് കൃഷ്ണൻ ഗുരുക്കൾ
28. പി ഗോപാലൻ നമ്പ്യാർ
29. ടി വി ചാത്തുക്കുട്ടി നമ്പ്യാർ
30. മുയ്യത്ത് മമ്മത്
31. മാച്ചേരി കുഞ്ഞിക്കണ്ണൻ
32. കെ ടി കുഞ്ഞിരാമൻ വൈദ്യർ
33. പി നുറമ്പ്
34. എ വി കുഞ്ഞമ്പു
35. എൻ സുബ്രഹ്മണ്യ ഷേണായി
36. പി കുമാരൻ
37. സി കെ പണിക്കർ

ഇതിൽ എ വി കുഞ്ഞമ്പു, എൻ സുബ്രഹ്മണ്യ ഷേണായി, പി കുമാരൻ, സി കെ പണിക്കർ എന്നിവരെ പൊലീസുകാർക്ക് പിടിക്കാൻ കഴിഞ്ഞിരുന്നില്ല.

അവരെ പിടികിട്ടാപ്പുള്ളികളായി സർക്കാർ പ്രഖ്യാപിക്കുക യാണ് ചെയ്തത്."

13

വഴിയെല്ലാം കീച്ചേരിയിലേക്ക്

"മാഷേ എല്ലാവരും എത്തി" മോനൂട്ടനാണ് എഴുന്നേറ്റുനിന്ന് പറഞ്ഞത്.

മിണ്ടാത്ത മോനൂട്ടന്റെ ശബ്ദം കേട്ടപ്പോൾ എല്ലാവരുടെയും ശ്രദ്ധ അവനിലേക്കായി.

"മിടുക്കൻ" മാഷ് മോനൂട്ടനെ പ്രോത്സാഹിപ്പിച്ചു. "എല്ലാ വരും എത്തിയെന്നു പറയുന്നത് ശരിയായിരിക്കില്ല" ഉല്ലാസ് കണ ക്കെടുക്കാൻ തുടങ്ങി. "ഒന്ന് രണ്ട് മൂന്ന്...."

"എണ്ണമൊന്നും വേണ്ട. നമുക്ക് തുടങ്ങാം." മാഷ്.

"ചിങ്ങം മുപ്പത്തൊന്ന് ഞായറാഴ്ച."

"തീയതിയതു മായില്ലൊരിക്കലും."

രാഹുൽ ശാന്ത ഗംഭീരമായി ഈരടി ഉയർത്തിപ്പാടി. മുഷ്ടി ചുരുട്ടി ആകാശത്തിലേക്കുയർത്തി!

"കിഴക്ക് വെള്ള കീറുന്നേയുള്ളൂ. പൂങ്കോഴി എവിടുന്നോ കൂകി. പ്രഭാതത്തിനു തിരശ്ശീല പൊങ്ങുന്നു. മഞ്ഞിലയിൽ ഈറ നണിഞ്ഞു നിൽക്കുകയാണ് മരങ്ങളും ചെടികളും. പൂവുകൾ വിരിഞ്ഞുതുടങ്ങുന്നു. മന്ദാനിലൻ പൂമണം പേറി മന്ദമന്ദം ചലി ക്കുന്നു. കർഷകരും തൊഴിലാളികളും ഉണർന്നൊരുങ്ങുകയായ്. ഒരത്യപൂർവ സംഭവത്തിൽ പങ്കാളിയാകാൻ." മാഷ് പറഞ്ഞു നിർത്തി. എല്ലാവരും ചെവി കൂർപ്പിച്ചിരിപ്പാണ്.

"ഭാരത് മാതാകീ ജയ്!
മഹാത്മാ ഗാന്ധി കീ ജയ്!
കർഷകസംഘം സിന്ദാബാദ്!
രക്തപതാകാ സിന്ദാബാദ്!"

കയരളം, കണ്ടക്കൈ വയൽ വരമ്പുകളിൽനിന്ന് മുദ്രാവാ ക്യം വിളി. ദീർഘകായനായ അറയ്ക്കൽ കുഞ്ഞിരാമൻ മുദ്രാ വാക്യം വിളിച്ചുകൊടുക്കുന്നു. വളണ്ടിയർമാർ അതേറ്റു വിളി ക്കുന്നു. വയൽക്കരയിൽ തട്ടി മുദ്രാവാക്യം മാറ്റൊലികൊള്ളു ന്നു!

മാഷ് മുദ്രാവാക്യം ഒന്നുകൂടി ആവർത്തിച്ചു. "ഭാരതമാതാ കീ ജയ്!" കൂട്ടുകാർ ഏറ്റുവിളിച്ചു.

"ചലോ ചലോ കീച്ചേരി!
കർഷകസമ്മേളനം സിന്ദാബാദ്!
കെ പി സി സി സിന്ദാബാദ്!
മർദന പ്രതിഷേധ ദിനം സിന്ദാബാദ്!"
മർദന പ്രതിഷേധദിനം സിന്ദാബാദ്!
കീച്ചേരിയിൽ നടക്കുന്ന കർഷകസമ്മേളനത്തിലേക്ക് വള ണ്ടിയർമാർ വരികയാണ്.

കോൺഗ്രസിന്റെ ത്രിവർണപതാകയും കർഷകസംഘ ത്തിന്റെ രക്തപതാകയും വളണ്ടിയർമാർ കൈയിലേന്തിയിരുന്നു. ജാഥ മുല്ലക്കൊടി കടവിനെ ലക്ഷ്യമാക്കി നീങ്ങി.

അറയ്ക്കൽ പാട്ടുപാടാൻ തുടങ്ങി.
"വൈസ്രോയി വന്നിവിടെ
വലിയതോക്കു ചിരിചിരിച്ചു
മാറുകാട്ടി നിൽക്കണം
എത്രനാൾ അടിമയായി
കിടക്കണം സഖാക്കളെ
പുത്ര പൗത്രരെങ്കിലും
സ്വതന്ത്രരായ് വരേണ്ടയോ"
മാർച്ചിങ് സോങ് വളണ്ടിയർമാർ താളമിട്ട് ഏറ്റുപാടി.
മാഷ് തുടർന്നു; "കയരളത്തുനിന്നും കണ്ടക്കൈയിൽനിന്നും മാത്രമല്ല കൊളച്ചേരിയിൽനിന്നും പാപ്പിനിശ്ശേരിയിൽനിന്നും

ആന്തൂരിൽനിന്നും മൊറാഴയിൽനിന്നും വളണ്ടിയർമാർ പുറപ്പെ
ടുന്നു.

എള്ളരിഞ്ഞി, പയ്യാവൂർ, ശ്രീകണ്ഠാപുരം, പയ്യന്നൂർ ഭാഗ
ങ്ങളിൽനിന്നും വളണ്ടിയർമാർ പുറപ്പെട്ടു. ചിലർ തലേദിവസം
തന്നെ പുറപ്പെട്ടു. ബന്ധുവീടുകളിൽ പാർത്തു.

ചിറയ്ക്കൽ താലൂക്കിന്റെ നാനാഭാഗങ്ങളിൽനിന്നും വളണ്ടി
യർമാർ ജാഥ കീച്ചേരിയെ ലക്ഷ്യമാക്കിനീങ്ങി.

പ്രതിഷേധത്തിന്റെയും കർഷകസമ്മേളനത്തിന്റെയും
പ്രധാന മുദ്രാവാക്യം ജാഥാംഗങ്ങൾ മുഴക്കി;

ആമറിന്റെ ആഹ്വാനത്തിൽ
പ്രതിഷേധിക്കുക!
കാർഷികോൽപ്പന്നങ്ങളുടെ
വിലയിടിവിൽ പ്രതിഷേധിക്കുക!
നിത്യോപയോഗ സാധനങ്ങളുടെ
വിലവർധനവിൽ പ്രതിഷേധിക്കുക.

ഈ കാലമാകുമ്പോഴേക്കും കേരള പ്രദേശ് കോൺഗ്രസ്
കമ്മിറ്റിയുടെ കെ പി സി സിയുടെ നേതൃത്വം കോൺഗ്ര
സിൽനിന്ന് കോൺഗ്രസ് സോഷ്യലിസ്റ്റ് പാർട്ടിയിലേക്കും അവി
ടെനിന്ന് കമ്യൂണിസ്റ്റ് പാർട്ടിയിലേഢും മാറിയിരുന്നു.

രണ്ടാംലോക മഹായുദ്ധം നടക്കുന്ന ഈ സമയം സർക്കാ
റിന്റെ ബലഹീനത കണക്കിലെടുത്ത് തൊഴിലാളിവർഗത്തിനു
മോചനം നേടാൻ കഴിയും എന്ന ധാരണ വളണ്ടിയർമാർക്ക് ഉണ്ടാ
ക്കിക്കൊടുത്തിരുന്നു.

അതെ, അതിനുള്ള ക്ലാസ് തൊഴിലാളികൾക്ക് കൊടുത്തിരു
ന്നു. സ. പി കൃഷ്ണപിള്ളയാണ് ക്ലാസ് കൊടുത്തത്. ക്ലാസിൽ
ഈ ഭാഗത്തുനിന്ന് പറശ്ശിനിക്കടവിലെ പി പി അച്ചുതൻ മാസ്റ്റർ
പങ്കെടുത്തിരുന്നു. അച്ചുതൻ മാസ്റ്ററാണ് കർഷകസംഘം വള
ണ്ടിയർമാർക്ക് ക്ലാസ് കൊടുത്തത്.

അതുകൊണ്ടുതന്നെ വളണ്ടിയർമാർക്ക് ശരിയായ രാഷ്ട്രീയ
ബോധം ഉണ്ടായിരുന്നു. ആത്മവിശ്വാസമുണ്ടായിരുന്നു. ആവേ
ശമുണ്ടായിരുന്നു.

കുഞ്ഞിരാമൻ ഒരഭിമുഖത്തിൽ പറഞ്ഞു:

'ക്ലാസ് ഫലപ്രദമായിരുന്നു' അറയ്ക്കൽ പറയുന്നതിങ്ങനെ

യാണ്: 'ചിറക്കൽ താലൂക്കിലെ കോൺഗ്രസ് വളണ്ടിയർമാർ കമ്യൂ
ണിസ്റ്റുകാർ, തൊഴിലാളിവർഗത്തിന്റെ പാത ശരിക്കും തിരിച്ചറി
ഞ്ഞു. ഏതു ശക്തിയെയും നേരിടാൻ പാകത്തിൽ മനസിനെ
തയാറാക്കുകയയും ചെയ്തിരുന്നു. ഇന്നും എന്നെ ആ ക്ലാസാണ്
ആവേശംകൊള്ളിക്കുന്നത്. ഒരു കമ്യൂണിസ്റ്റുകാരനായി
നിൽക്കാൻ എന്നെ ആ ക്ലാസാണ് സഹായിക്കുന്നത്. അതൊരു
തീപ്പന്തമായി എന്നിൽ ജ്വലിച്ചുകൊണ്ടിരുന്നു.'

കീച്ചേരിയിൽ കൊവ്വലിൽ സമ്മേളനത്തിന്റെ ഒരുക്കങ്ങൾ
പൂർത്തിയായി. വഴിനീളെ തോരണങ്ങൾ, പ്രസംഗം, ഉച്ചഭാഷി
ണി, കോൺഗ്രസിന്റെ ത്രിവർണപതാകയും; ആവേശത്തിമിർപ്പ്
മുഹൂർത്തത്തിനു കാത്തുനിൽക്കുന്നതുപോലെ! പ്രവർത്തകർ
അവസാന മിനുക്കുപണികളിലാണ്.

പാപ്പിനിശ്ശേരി ആറോൺമിൽ സമരം കഴിഞ്ഞതേയുള്ളൂ.
അതിന്റെ ചോടെയാണ് കീച്ചേരി സമ്മേളനം.

ആറോണെന്ന കോൺഗ്രസുകാരൻ, രാഷ്ട്രീയമുതലാളിക്ക്
ഈ സമ്മേളനം സഹിക്കുന്നേയില്ല. കൃഷിക്കാരും തൊഴിലാളി
കളും അത്ര കേമത്തം കാണിക്കണ്ട. ആറോണിന്റെ അമർഷം
കൊടുംപിരികൊണ്ടു.

വളപട്ടണം പൊലീസ് സ്റ്റേഷൻ അതിർത്തിയിലാണ്
കീച്ചേരി സമ്മേളന സ്ഥലം. ആറോണിന്റെ സിൽബന്തിയാണ്
വളപട്ടണം സബ്ഇൻസ്പെക്ടർ കുട്ടികൃഷ്ണമേനോൻ.

ആറോണിന്റെ വീട്ടിൽ കൂടിയാലോചന, കണ്ണൂർ ജില്ലാ മജി
സ്ട്രേറ്റിനെ സ്വാധീനിച്ച് സമ്മേളനം നിരോധിക്കണം. തീരുമാ
നമായി!

തീരുമാനം നടപ്പിലാക്കാൻ എസ് ഐ പരക്കംപാഞ്ഞു. എല്ലാ
മജിസ്ട്രേറ്റിനെക്കൊണ്ടും ഉത്തരവിറക്കിപ്പിച്ചു. കീച്ചേരിയിൽ ജന
ങ്ങൾ കൂടിനിൽക്കരുത്. വകുപ്പു 144 പ്രകാരം നിരോധനാജ്ഞ.

കീച്ചേരിയിൽ പ്രഖ്യാപനം വന്നു. നാനാഭാഗത്തുനിന്നും
ജാഥകൾ പുറപ്പെട്ടു. ഓരോ ജാഥയും പടപ്പുറപ്പാടെന്നപോലെ
ആവേശത്തിമിർപ്പിലാണ്.

പി കൃഷ്ണപിള്ള, ഇ എം എസ്, സ. എ വി എന്നിവർ
കീച്ചേരിക്കടുത്ത് കോലത്തുവയലിൽ ഒരു കുടിലിൽ സംഭവങ്ങൾ
നിരീക്ഷിച്ചും നേതൃത്വം കൊടുത്തും കഴിയുകയായിരുന്നു.

സംഭവിക്കാൻ പോകുന്നത് എന്തെന്ന് മുൻകൂട്ടി മനസിലാ ക്കിയതുപോലെ നിരോധനാജ്ഞ അറിഞ്ഞപ്പോൾ തീരുമാനം വന്നു. 'വളപട്ടണം പൊലീസ് അതിർത്തിയിൽനിന്നു സമ്മേളനം തളിപ്പറമ്പിൽപ്പെട്ട അഞ്ചാംപീടികയിലേക്കു മാറ്റുക. ജാഥക ളെല്ലാം അഞ്ചാംപീടികയിലേക്ക്!'

നിരോധനാജ്ഞയും സ്ഥലം മാറ്റവും വളണ്ടിയർമാർക്ക് പതി ന്മടങ്ങു ആവേശമാണ് ഉണ്ടാക്കിയത്.

ജാഥകളെല്ലാം അഞ്ചാംപീടികയിലേക്കു നീങ്ങി. നാലുദിക്കും ഭേദിക്കുമാറ് മുദ്രാവാക്യം ഉയർന്നു. നാലുദിക്കിൽനിന്നും ജന ങ്ങൾ പടയണിയായി.

പക്ഷേ, വളപട്ടണം എസ് ഐയും സാമുവൽ ആരോൺ മുതലാളിയും അടങ്ങിയില്ല. അവർ തളിപ്പറമ്പിലേക്ക് കുതിച്ചു. അഞ്ചാംപീടികയിലും നിരോധനാജ്ഞ കൊണ്ടുവരണം.

തളിപ്പറമ്പ് മജിസ്ട്രേറ്റ് വെങ്കിട്ടരാമൻ ആദ്യം തയാറായില്ലെ ങ്കിലും നിർബന്ധിതനായി. അതുപോലെ തളിപ്പറമ്പ് എസ് ഐ ബീരാൻ മൊയ്തീനും. അവസാനം കുട്ടികൃഷ്ണമേനോന്റെ ക്രൂരവും നിന്ദ്യവുമായ നിർബന്ധത്തിനു വഴിപ്പെട്ടു. പൊലീസു മായി മജിസ്ട്രേറ്റും എസ് ഐയും കുട്ടികൃഷ്ണമേനോന്റെ ഒപ്പം അഞ്ചാംപീടികയിൽ എത്തി.

കോലത്തുവയലിൽനിന്ന് വീണ്ടും നിർദേശം വന്നു. 'പൊലീ സിന്റെ അറ്റാക്കുണ്ടാകും. ആരും ഓടരുത്.'

അഞ്ചാംപീടികയിൽ ഇബ്രാഹിമിന്റെ ചായപ്പീടിക. ചായപ്പീ ടികയ്ക്കുതൊട്ട് ഒരു പീടികത്തറ. ആ തറയാണ് യോഗത്തിന്റെ സ്റ്റേജ്.

ഒരു മേശ. ഒരു ബഞ്ച് കർഷകസംഘത്തിന്റെ ചെങ്കൊടി മേശക്കാലിനോടു കെട്ടി.

യോഗാധ്യക്ഷൻ വിഷ്ണുഭാരതീയൻ കെ പി ആർ ഗോപാ ലൻ, കേരളീയൻ തുടങ്ങിയവർ വേദിയിൽ.

സദസിൽ വളണ്ടിയർമാർ, ബഹുജനങ്ങൾ. അതിന്റെ ഒരുഭാഗത്ത് തളിപ്പറമ്പ് മജിസ്ട്രേറ്റും എസ് ഐ ബീരാൻ മൊയ്തീൻ, വളപട്ടണം എസ് ഐ കുട്ടികൃഷ്ണമേനോൻ കുറ ച്ചുപൊലീസുകാരും. ഉദ്വേഗജനകമായ സമയം. ജനങ്ങൾ കാതും

കണ്ണും കൂർപ്പിച്ചുനിൽപ്പാണ്. വിഷ്ണുഭാരതീയൻ കസേര
യിൽനിന്ന് എഴുന്നേറ്റു യോഗാരംഭത്തിനുള്ള പുറപ്പാട്.

തളിപ്പറമ്പ് മജിസ്ട്രേറ്റിനുവേണ്ടി വളപട്ടണം എസ് ഐ
കുട്ടികൃഷ്ണമേനോൻ ആജ്ഞാപിച്ചു.

'അഞ്ചു മിനിട്ടിനുള്ളിൽ എല്ലാവരും പിരിഞ്ഞുപോണം.'

വിഷ്ണുഭാരതീയൻ അതിനു പ്രതികരിച്ചു.

'സമാധാനപരമായി യോഗം നടക്കുകയാണ്. അതുകൊണ്ട്
പിരിഞ്ഞുപോകാൻ സാധ്യമല്ല. ഞങ്ങൾ അക്രമത്തിന് വന്നവര
ല്ല." വളണ്ടിയർ ഓഫീസർ അറയ്ക്കൽ കുഞ്ഞിരാമൻ.
കാക്കിഡ്രസിന്റെ പുറമേ തലയിൽ ഒരു ഹാറ്റ്. കൈയിൽ ഒരു
വിസിലും.

കെ പി ആർ ഗോപാലൻ ഒരു പീടികക്കോലായിൽ രംഗം
നിരീക്ഷിക്കുകയായിരുന്നു.

എസ് ഐ വീണ്ടും ഗർജിച്ചു. 'പിരിഞ്ഞുപോകാനാണ് പറ
ഞ്ഞത്. ഇല്ലെങ്കിൽ എല്ലാവരെയും പിരിച്ചയക്കും.'

ആരും പിരിഞ്ഞുപോകേണ്ടതില്ലെന്ന് ഭാരതീയൻ പറഞ്ഞു
'എല്ലാവരും ഇരിക്കുവിൻ.'

കുട്ടികൃഷ്ണമേനോൻ വീണ്ടും ഗർജിച്ചു:

'പിരിഞ്ഞുപോവുക.'

'യോഗം കഴിഞ്ഞാൽ പിരിഞ്ഞുപോകും.'

വിഷ്ണുഭാരതീയൻ പ്രതികരിച്ചു.

വിഷ്ണുഭാരതീയനെ അറസ്റ്റ് ചെയ്യാൻ പൊലീസ് നീങ്ങി.

വിഷ്ണുഭാരതീയൻ തന്റെ രണ്ടാം മുണ്ടെടുത്ത് നിലത്ത്
വിരിച്ചു സാഷ്ടാംഗം കിടന്നു.

വളണ്ടിയർമാരുടെ മുദ്രാവാക്യംവിളിയാൽ യോഗസ്ഥലം
ശബ്ദമുഖരിതമായി.

കുട്ടികൃഷ്ണമേനോൻ വിസിലടിച്ചു. പൊലീസുകാരെ
ഫോളിൻ നിർത്തി. കെ പി ആർ അറയ്ക്കലിനു സൂചനകൾ
നൽകി. അറയ്ക്കലും വിസിലടിച്ചു: വളണ്ടിയർമാർ ഫോളിനാ
യി.

പെട്ടെന്ന് പൊലീസ് ലാത്തിചാർജ് തുടങ്ങി. വളണ്ടിയർമാർ
അതിനെ നേരിട്ടു.

അറാക്കലും രൈരു നമ്പ്യാരും ടി ചാത്തുക്കുട്ടിയും എസ്

ഐ കുട്ടികൃഷ്ണമേനോനുമായി ഏറ്റുമുട്ടി. തുടർന്ന് അവിടെ യൊരു പോരാട്ടമായി.

എസ് ഐ യുടെ ലാത്തിയടി അറയ്ക്കലിന്റെ തലയിൽ. തല പൊട്ടി രക്തമൊഴുകാൻ തുടങ്ങി. കഴുത്തിന്റെ വലതുഭാഗത്തും ലാത്തിയടി. അറയ്ക്കൽ വീണുപോയി. ബോധരഹിതനായി. പൊലീസ് പീടികമുറിയുടെ നിരപ്പലകയെടുത്ത് അറയ്ക്കലിനെ കുത്തി.

അതോടെ കെ പി ആർ രംഗത്തുവന്നു. നിരപ്പലകയെടുത്ത് പൊലീസുകാരനെ അടിച്ചുവീഴ്ത്തി.

ബോധരഹിതനായ അറയ്ക്കലിനെ വളണ്ടിയർമാർ എടുത്തു കൊണ്ടുപോയി.

എല്ലാവരും ധരിച്ചത് അറയ്ക്കൽ മരിച്ചു എന്നാണ്. വളണ്ടി യർമാരും ബഹുജനങ്ങളും പൊലീസുകാരുമായി ശരിക്കും ഏറ്റു മുട്ടി. അറയ്ക്കലിന്റെ 'മരണവാർത്ത' നാടാകെ പ്രചരിച്ചു.

അറയ്ക്കലിനെ പിന്നീട് പി കെ കൃഷ്ണൻ നമ്പ്യാരും അറയ്ക്കൽ നാരായണൻ നായരും ചേർന്ന് കയരളത്ത് എത്തി ച്ചു. വേണ്ടപ്പെട്ട ചികിത്സയ്ക്ക് ഏർപ്പാട് ചെയ്തു.

ഇതിനിടയിൽ ബീരാൻ മൊയ്തീൻ പിസ്റ്റൾ എടുത്ത് ജന ങ്ങളുടെ ഇടയിലേക്ക് രണ്ട് റൗണ്ട് വെടിവെച്ചു.

ജനങ്ങൾക്കുമുന്നിൽ നിൽക്കക്കള്ളിയില്ലാതെ പൊലീസു കാർ ജീവനും കൊണ്ടോടി. മജിസ്ട്രേറ്റും അവരെ അനുഗമിച്ചു.

കല്യാശ്ശേരിയിലെ നുറുമ്പ് എന്നാൾക്ക് കാലിനു വെടിയേറ്റു. കുഞ്ഞിരാമൻ വൈദ്യർക്കും വെടിയേറ്റു.

പരിക്ക് വലിയ അപകടമായിരുന്നില്ല.

കുട്ടികൃഷ്ണമേനോൻ പിന്മാറാൻ തയാറായില്ല, പുലിയെപ്പോലെ ചീറിക്കൊണ്ടിരുന്നു. കൂടെ ഒരു കോൺസ്റ്റബിളും മറ്റെല്ലാവരും സ്ഥലം വിട്ടു.

കുട്ടികൃഷ്ണമേനോൻ അവശനായും നിന്നുപൊരുതി. അവ സാനം നിലയുറപ്പിക്കാനാകാതെ നിലത്തുറീണു.

കാക്കി കണ്ടാൽ കിടിലംകൊള്ളുന്ന കാലം. പൊലീസിന്റെ മുമ്പിൽ ഉറച്ചുനിന്ന് ഇഞ്ചോടിഞ്ചു പൊരുതി. കൃഷിക്കാരും തൊഴിലാളികളും ഇത്തരമൊരു പോരാട്ടം നടത്തിയ അനുഭവം കേരളത്തിൽ ഇതിനുമുമ്പ് ഉണ്ടായിട്ടില്ല."

14

കെ പി ആര്‍ എന്ന ധീരന്‍

മൊറാഴ സംഭവത്തിനുശേഷം നാടാകെ നിശ്ചലമായതു പോലെ. എല്ലാവരോടും പിരിഞ്ഞുപോകാന്‍ കെ പി ആര്‍ നിര്‍ദേ ശിച്ചു.

ആ സന്ദര്‍ഭത്തെപ്പറ്റി പോള കുഞ്ഞമ്പു എന്ന പോരാളി ഓര്‍മിക്കുന്നു:

"ഞാന്‍ അഞ്ചാംപീടികയില്‍, കിളയോരം തട്ടിനടക്കുകയാ ണ്. കെ പി ആര്‍ ആരെയും ശ്രദ്ധിക്കാതെ ഇടവഴിയിലൂടെ മുന്നോ ട്ടും. വലിയ ചിന്ത. ആടിയുലഞ്ഞ നടത്തം. കലശലായ ക്ഷീണം. ഞാന്‍ പിന്നാലെ കൂടി. മഴ കനത്തു. മുഖത്തു വീണ വെള്ളം നാവിലെത്തിയപ്പോള്‍ ആശ്വാസം.

കെ പി ആര്‍ നടന്നെത്തിയത് കല്യാശ്ശേരി ഹയര്‍ എലിമെന്ററി സ്കൂളില്‍. ഷെഡ്ഡിലെ ബഞ്ച് കൂട്ടിയിട്ടു കിടക്കുന്നു. ഓലമേഞ്ഞ താണ് ഷെഡ്. ഓലക്കീറിലൂടെ മഴവെള്ളം ശരീരത്തില്‍ വീഴു ന്നു. എന്നിട്ടും വിയര്‍ത്തൊലിക്കുകയാണ്.

കെ പി ആറിന്റെ ശ്രദ്ധയില്‍ പെട്ട ഞാന്‍. കെ പി ആര്‍ കുടി വെള്ളത്തിന് ആവശ്യപ്പെട്ടു. മിനുട്ടുകൊണ്ട് വെള്ളമെത്തി, ആര്‍ത്തിയോടെ വെള്ളം കുടിച്ചു. അതേ കിടപ്പില്‍.

'ഗോപാലേട്ടാ' ഞാന്‍ വിളിച്ചു.

'നമുക്ക് കടമ്പേരിയിലേക്കു പോകണം. ഡിസ്ട്രിക്ട് ബോർഡ് അധ്യാപിക അമോൺ നെല്ലിയോട്ടു താമസിക്കുന്നു ണ്ട്. അവർക്ക് പ്രത്യക്ഷത്തിൽ രാഷ്ട്രീയമൊന്നുമില്ല. നമ്മോടു വലിയ ബഹുമാനമാണ്. വടകരയ്ക്കടുത്ത് ചോമ്പാൽ സ്വദേശി യാണ്. അവരുടെ വീടു പെട്ടെന്ന് പൊലീസിന്റെ ശ്രദ്ധയിൽപ്പെ ടില്ല!'

കെ പി ആർ പ്രതികരിച്ചു. 'അവരുടെ ജോലിയെ ബാധി ക്കുന്ന പ്രശ്നമല്ലേ കുഞ്ഞമ്പൂ.'

മുൻവിധി വേണ്ട നമുക്ക് പോയിനോക്കാം' കെ പി ആർ പറഞ്ഞു. അപ്പോൾത്തന്നെ പുറപ്പെട്ടു. കെ പി ആർ മുന്നിൽ. നിഴൽപോലെ ഞാനും.

നല്ല മഴ. മങ്ങിയ നിലാവെളിച്ചം. നാട്ടുവഴികളിലൂടെയാണ് നടത്തം.

ടീച്ചറുടെ വീടുശരിക്കും കടമ്പേരിയല്ല. കുറ്റിക്കോൽ നെല്ലി യോട്ടു അമ്പലത്തിനടുത്താണ്. കല്യാശ്ശേരിയിൽനിന്ന് മൂന്നു കിലോമീറ്ററിലധികമുണ്ട് ദൂരം.

കോരിച്ചൊരിയുന്ന മഴ. ശരിയായ വഴിയിൽ കൂടിയല്ല യാത്ര. വെളിച്ചമാണെങ്കിൽ ഇല്ലെന്നു തന്നെ പറയാം.

ഞങ്ങൾ രണ്ടുപേരും ഒരു വീടിനു മുമ്പിലെത്തി. കെ പി ആർ കോലായിൽ കയറി. വാതിലിനു മുട്ടി. വാതിൽ തുറന്നു. മധ്യവയസ്കയായ ഒരു സ്ത്രീയെ ലാന്തറുമായി വാതിൽപ്പളി യിൽ കണ്ടു. കെ പി ആർ അവരുമായി സംസാരിച്ചു. കെ പി ആർ അകത്തു കടന്നതോടെ 'കുഞ്ഞമ്പു പോയിക്കോ' എന്നു പറഞ്ഞു വാതിലടഞ്ഞു."

"മറുഭാഗത്ത് ബോധമറ്റ അറയ്ക്കലിനെ സംഭവസ്ഥലത്തു നിന്ന് മാറ്റിയിരുന്നു. ഒരു ചാക്കിന്റെ ഓരോ മൂലയും പിടിച്ചു. കുറേദൂരം ചെന്നപ്പോൾ ഒരു വീട്ടിൽനിന്നും ഒരു ചാരുകസേര കിട്ടി. അവർ കല്ലൂരിക്കടവിൽ എത്തി നാവുകുഴയുന്നുണ്ടായിരു ന്നു. കുറച്ചു വെള്ളം കുടിച്ചു.

നാലുപേരും ആലോചിച്ചു. ആശുപത്രിയിൽ പോകുന്നത് ആപത്താണ്. പൊലീസ് വലയിലാകും. കയരളം, കണ്ടക്കെ മയ്യിൽ ഭാഗങ്ങളിൽ നിന്നുള്ളവർ അപ്പോഴേക്കും പുഴയോരത്തെ ത്തി. പലരും തോണിയിൽ അക്കരയെത്തി. ചിലർ നീന്തിക്കടന്നു.

ഒരു തോണി ശരിപ്പെടുത്തി അറയ്ക്കലിനെ മുല്ലക്കൊടിയിൽ എത്തിച്ചു. അവിടെനിന്നു കസേരയിൽ നാട്ടുവൈദ്യനായ കേളപ്പ പ്പണിക്കരുടെ വീട്ടിലും. കേളപ്പപ്പണിക്കർ നല്ല നാടൻ വൈദ്യ നാണ്. പച്ചമരുന്നാണ് പ്രയോഗം. അപ്പോഴും അറയ്ക്കലിന് ബോധമുണ്ടായിരുന്നില്ല.

അറയ്ക്കലിനെ കയരളത്തെത്തിച്ചത്, അവിടെയാണ് അദ്ദേ
ഹത്തിന്റെ വീട്.

പൊലീസിന്റെ ഡയറിയിൽ അറയ്ക്കലിനെപ്പറ്റി ഇങ്ങനെ
യാണ് കുറിച്ചുവെച്ചിരിക്കുന്നത്: 'ദീർഘകായൻ ഭയങ്കരമീശക്കാ
രൻ.' കേളുപ്പണിക്കരുടെ ഒറ്റമൂലി പ്രസിദ്ധമാണ്. എന്നാൽ
ക്രമേണ അറയ്ക്കലിന്റെ മുറിവുണങ്ങി. പണിക്കരെ എം എസ്
പിക്കാർ ക്രൂരമായി മർദിച്ചു. പണിക്കർ മുഴക്കുന്നിലേക്കു താമസം
മാറ്റി.

അറയ്ക്കൽ ഒളിവിലാണ്. വീട്ടിൽ എം എസ് പിക്കാർ നിത്യ
ശല്യമാണ്. അറയ്ക്കലിന്റെ കൂടെ രൈരു നമ്പ്യാരും ഉണ്ടാവും.

ഒളിവിൽനിന്നാൽ വീട്ടുകാർക്കും നാട്ടുകാർക്കും പൊലീ
സിന്റെ ശല്യം കഠിനമാണ്. അതിനാൽ പിടികൊടുക്കാമെന്ന്
അറയ്ക്കൽ പറയുമായിരുന്നു. എന്നാൽ രൈരു നമ്പ്യാർ അതി
നനുവദിക്കുകയില്ല. മുണ്ടയാട്ട് ഒതയോത്ത് നാരായണി അമ്മ
യുടെ വീട്ടിലായിരുന്നു ഒളിവിലെജീവിതം.

രൈരു നമ്പ്യാരെ പിന്നീടു പാടിക്കുന്നിൽ കോൺഗ്രസുകാ
രുടെ സാന്നിധ്യത്തിൽ പൊലീസുകാർ വെടിവെച്ചു കൊന്നു.

ഒളിവുജീവിതം ഒന്നരമാസം കഴിഞ്ഞു. വീട്ടിലെ പൊറുതി
കേടു എത്രയ്യാണ് സഹിക്കുക. അറയ്ക്കൽ തീരുമാനത്തിലെ
ത്തി. പിടികൊടുക്കാൻ തന്നെ. അതും വീട്ടിൽ വെച്ചു തന്നെയാ
വട്ടെ!" മാഷ് തുടർന്നു: "അറയ്ക്കൽ കാലത്തുതന്നെ വീട്ടിലേക്ക്
തിരിച്ചു. എം എസ് പിക്കാർ വീടുവളഞ്ഞു പരിശോധന നടത്തി
മടങ്ങാൻ തുടങ്ങുകയായിരുന്നു. അറയ്ക്കൽ അറസ്റ്റിലായി. തളി
പ്പറമ്പ് പൊലീസ് സ്റ്റേഷനിലെത്തി. മൊറാഴയിൽ പരിക്ക് പറ്റിയ
തളിപ്പറമ്പ് സി ഐ അറയ്ക്കലിനെ കാത്തിരിക്കുന്നതുപോലെ.
ക്രൂരമർദനം. അതു മൂന്നു ദിവസം തുടർന്നു."

"എന്നിട്ട് അദ്ദേഹം മരിച്ചുപോയോ" അനസൂയയാണ് അത്
ചോദിച്ചത്.

"മർദനം അതിക്രൂരമായിരുന്നു. എന്നാൽ അറയ്ക്കലിന്റെ
കണ്ണിൽനിന്ന് ഒരിറ്റു കണ്ണുനീർ വീണില്ല. ദീനരോദനവും ഉണ്ടാ
യില്ല.

അറയ്ക്കലിന്റെ ദേശസ്നേഹം പ്രസിദ്ധമാണ്. അതുപോലെ മനക്കരുത്തും. ഒരിറ്റു ദാഹജലത്തിനു ചോദിച്ചില്ല. പൊലീസുകാർ കൊടുത്തുമില്ല."

കൂട്ടുകാർ ഒന്നിച്ചു പറഞ്ഞുപോയി: "എന്റമ്മോ."

"ഒരുകൊല്ലം കൂത്തുപറമ്പ് ജയിലിൽ റിമാന്റിൽ. പ്രാഥമിക വിചാരണ കഴിഞ്ഞ് തലശ്ശേരി സെഷൻസിലേക്കു മാറ്റി. മദിരാശിയിൽ പ്രാക്ടീസ് ചെയ്യുന്ന പ്രഗത്ഭ അഭിഭാഷകനായ എ കെ പിള്ള, കെ ടി ചന്തു നമ്പ്യാർ, ടി വി സുന്ദരയ്യർ, പി വി രാമയ്യർ, ടി നാരായണൻ നമ്പ്യാർ എന്നിവരാണ് പ്രതികൾക്കുവേണ്ടി വാദിച്ചത്. മൊറാഴക്കേസിലെ പ്രതികളെല്ലാം വിചാരണ നേരിട്ടു.

സെഷൻസ് കോടതിവിധി പ്രസ്താവിച്ചു.

കെ പി ആർ ഗോപാലന് 7 വർഷം തടവ്."

"മറ്റുള്ളവർക്കോ."

"വി പി നാരായണന് 6 വർഷം. അറയ്ക്കലിന് 5 വർഷവും ബാക്കി 15 പേർക്ക് മൂന്നുവർഷം വീതവും ശിക്ഷ!

ബ്രിട്ടീഷ് ഭരണാധികാരികൾ കോപംകൊണ്ടു ജ്വലിച്ചു. തങ്ങളുടെ പ്രതിപുരുഷനാണ് കൊല്ലപ്പെട്ടത്. ശിക്ഷ വളരെ കുറഞ്ഞുപോയി. വിധിക്കെതിരെ സർക്കാർ അപ്പീൽ കൊടുത്തു." മാഷ് തുടർന്നു: "മദിരാശി ഹൈക്കോടതിയിലാണ് കേസ്, ശിക്ഷിക്കപ്പെടാത്തവരെ വെറുതെ വിട്ടു. എങ്കിലും ജയിലിൽത്തന്നെ പാർപ്പിച്ചു!

ബല്ലാരി ജയിലിൽ രാഷ്ട്രീയത്തടവുകാരുടെ കൂടെയായിരുന്നു ആദ്യനാളിൽ. പിന്നീടു ബല്ലാരി സെന്റർ ജയിലിലേക്കു മാറ്റി. ജയിലിൽ തെറ്റുചെയ്യുന്നവരെ പാർപ്പിച്ചിരുന്ന സെല്ലിലാണ് ആക്കിയത്. ഒരു സെല്ലിൽ ഒരാൾ മാത്രം."

"അപ്പീൽ കൊടുത്തത് എന്തായി."

"മദിരാശി ഹൈക്കോടതിയിലാണ് അപ്പീൽ വിചാരണ. പ്രഗത്ഭരായ സുബ്രായൻ, മോഹൻ കുമാരമംഗലം എന്നിവരാണ് പ്രതികൾക്കുവേണ്ടി വാദിച്ചത്. സർക്കാർ തീരുമാനിച്ചതുപോലെ വിധി വന്നു. കെ പി ആർ ഗോപാലനെ മരിക്കുന്നതുവരെ തൂക്കിലേറ്റണം.

വധശിക്ഷയ്ക്ക് വിധി വന്നു. കെ പി ആറിൽ യാതൊരു പ്രതികരണവും വന്നില്ല. കൂടുതൽ ഉന്മേഷവും സന്തോഷവും

മുഖത്ത് സ്ഫുരിച്ചു. എന്നാൽ പുറത്ത് ശക്തമായ പ്രതിഷേധം അലയടിച്ചു. കെ പി ആറിനെ വധശിക്ഷയ്ക്ക് വിധിച്ചവരെ പാർപ്പിക്കുന്ന സെല്ലിലേക്ക് മാറ്റി. തൂക്കിക്കൊല്ലാൻ വിധിക്കപ്പെട്ടവരെ ദിവസേന ശരീരത്തിന്റെ തൂക്കം നോക്കും. ഓരോ ദിവസം കഴിയുന്തോറും കെ പി ആറിന്റെ തൂക്കം വർധിച്ചുകൊണ്ടേയിരുന്നു. ജയിൽ വാർഡൻ പാലക്കാടുകാരൻ ഒരു മലയാളിയാണ്. രാമുണ്ണിമേനോൻ. തടവുകാരോടു പരമാവധി നല്ല നിലയിൽ സഹകരിക്കും.

വിധിക്കെതിരെയുള്ള പ്രതിഷേധ പ്രകടനങ്ങൾ, പൊതുയോഗങ്ങൾ. അഭിഭാഷകരായിരുന്ന മോഹൻ കുമാരമംഗലവും സുബ്രയാനും ഗാന്ധിജിയെ സമീപിച്ചു. കുമാരമംഗലത്തിന്റെ പിതാവാണ് സുബ്രായൻ.

സുബ്രായൻ, തന്റെ പിതാവിനോട് ഒരു പ്രതിജ്ഞ ചെയ്തു. കെ പി ആറെ തൂക്കിക്കൊല്ലുകയാണെങ്കിൽ ഞാനും മരിച്ചുകളയും. ഇതും സത്യം!

സുബ്രായന് ഗാന്ധിജിയിൽ നല്ല സ്വാധീനമുണ്ടായിരുന്നു. സുബ്രായൻ അതുപയോഗപ്പെടുത്തി. ഇത്രയുമായപ്പോൾ സമരം ഇന്ത്യയിലാകെ വ്യാപിച്ചു.

ബ്രിട്ടീഷ് പാർലമെന്റിലടക്കം പ്രകമ്പനം കൊള്ളിച്ചു. പാർലമെന്റിലെ നേതാവ് ഗല്ലച്ചർ ശക്തിയായി വാദിച്ചു. ഇന്ത്യാ സെക്രട്ടറി ആമറി പ്രഭു പ്രതികരിച്ചു. കൂടുതൽ അന്വേഷണം നടത്തി വേണ്ട നടപടികൾ എടുക്കുമെന്നു പറഞ്ഞു.

യൂറോപ്യൻ ജഡ്ജിമാരാണ് വധശിക്ഷ വിധിച്ചത്. വലിയൊരു ജനക്കൂട്ടം. അവിടെ അകാരണമായി പൊലീസ് ജനങ്ങളെ കടന്നാക്രമിച്ചു. ജനങ്ങളും പ്രതികരിച്ചു. വെടിവെപ്പടക്കം നടത്തി. അതിൽ ആത്മാഭിമാനമുള്ള ജനങ്ങൾ പൊരുതിനിന്നു. അതിൽ എസ് ഐ കൊല്ലപ്പെട്ടതിന് ആരാണ് ഉത്തരവാദി? ഇന്ത്യയിലാകെ പ്രതിഷേധക്കൊടുങ്കാറ്റുയർന്നു. സമരാഗ്നി പടർന്നുയർന്നു പെരുമ്പടി തീക്കാറ്റായി. അന്യായമായ കടന്നാക്രമണത്തിന് എങ്ങനെ പ്രതികരിക്കണമെന്നതിനു പുതിയൊരു പാതയൊരുക്കുകയാണിവിടെ.

സമരം ദേശീയതലത്തിലുയർന്നു. തല്ലിക്കെടുത്താൻ കഴിയാത്ത സ്ഥിതിയിലേക്കുയർന്നു.

ഗാന്ധിജിയുടെ പ്രഖ്യാപനം വന്നു: "ജനക്കൂട്ടവും പൊലീസും തമ്മിലേറ്റുമുട്ടിയതിൽ ഒരാളെ മാത്രം തൂക്കിക്കൊല്ലാൻ വിധിക്കുന്നതു ന്യായമല്ല."

ചോടെ പണ്ഡിറ്റ് ജവഹർലാൽ നെഹ്റുവും പ്രതികരിച്ചു: "കെ പി ആർ ഗോപാലനെ തൂക്കിക്കൊല്ലാൻ അനുവദിക്കുകയില്ല."

ഇന്ത്യയിലെ ആബാലവൃദ്ധം ജനങ്ങൾ ഒരേ സ്വരത്തിൽ ആവശ്യപ്പെട്ടു. അതുപോലൊരു ഐക്യപ്രസ്ഥാനം ഇന്ത്യയുടെ ചരിത്രത്തിൽ അതിനു മുമ്പോ പിമ്പോ ഉണ്ടായിട്ടില്ല. അതാണ് മൊറാഴ സംഭവത്തിന്റെ പ്രത്യേകത. ഇവിടെയാണ് ബ്രിട്ടനു മുട്ടു വിറച്ചത്.

ഇതിനൊപ്പം മറ്റൊരു കാര്യംകൂടി ഞാൻ സൂചിപ്പിക്കാം. 1948 ൽ കമ്യൂണിസ്റ്റ് പാർട്ടിയെ നിരോധിച്ചകാലം. കെ പി ആറിനെയും കാന്തലോടു കുഞ്ഞമ്പുവിനെയും വിചാരണ കൂടാതെ തൂക്കി ക്കൊല്ലണമെന്നും കോൺഗ്രസുകാർ മുറവിളികൂട്ടുകയുണ്ടായി.

ഇന്ത്യക്ക് സ്വാതന്ത്ര്യം നൽകുന്ന കാര്യത്തെപ്പറ്റി ആലോ ചിക്കാൻ സ്റ്റാഫോർഡ് ക്രിപ്സ് ഇന്ത്യയിലേക്കു വരുന്നു. കെ പി ആറിനെ കൊലക്കുറ്റത്തിൽനിന്ന് ഒഴിവാക്കണമെന്നുള്ള നിവേദനം ഇന്ത്യയിലെ പാർലമെന്റംഗങ്ങൾ നൽകി."

"എന്നിട്ട് ഒഴിവാക്കിയോ" കാർത്തിക്കാണ് ചോദിച്ചത്.

"ഒഴിവാക്കിയില്ല. അപ്പോഴേക്കും രാഷ്ട്രീയ പാർട്ടിയിൽ കാര ്യമായ മാറ്റം വന്നിരുന്നു. കോൺഗ്രസിൽനിന്ന് കോൺഗ്രസ് സോഷ്യലിസ്റ്റ് പാർട്ടിയും അതിൽനിന്ന് കമ്യൂണിസ്റ്റ്പാർട്ടിയും രൂപപ്പെട്ടു. വളരെ രഹസ്യമായിട്ടാണ് കമ്യൂണിസ്റ്റ് പാർട്ടി രൂപീ കരിച്ചത്. 1939 ഡിസംബറിലാണ് തലശ്ശേരിക്കടുത്ത് പിണറായി പാറപ്പുറത്ത് ഒരു രഹസ്യയോഗം ചേർന്നത്. സോഷ്യലിസ്റ്റ് പാർട്ടി യിലെ അംഗങ്ങൾ യോഗത്തിൽ പങ്കെടുത്തു.

കമ്യൂണിസ്റ്റുപാർട്ടി രൂപീകരിച്ചതിന്റെ പോസ്റ്റർ നാടുനീളെ പ്രത്യക്ഷപ്പെട്ടു. സാമ്രാജ്യത്വത്തിനും യുദ്ധത്തിനും ജന്മി ത്തത്തിനും കമ്യൂണിസ്റ്റുപാർട്ടി എതിരാണെന്നു പോസ്റ്ററിലൂടെ പ്രതികരിച്ചു.

സർക്കാർ കമ്യൂണിസ്റ്റ് പാർട്ടിയെ നിരോധിച്ചു. ആ സാഹച ര്യത്തിൽ കൃഷ്ണപിള്ള ഒളിവിൽപ്പോയി. 1940 ഓടെ ഇ എം

എസും ഒളിവിൽ പോയി. മാഷ് തുടർന്നു: രണ്ടുപേരും ഒളിവിൽ ഇരുന്നാണ് സെപ്തംബർ 15 ന്റെ പ്രതിഷേധ ദിനത്തിനു നേതൃ ത്വം നൽകിയത്. കോലത്ത് വയലിൽ പണിക്കർ മാഷുടെ വീട്ടി ലിരുന്നാണ് അപ്പ്പോൾ നിർദേശം നൽകിയത് എന്നും പറയു ന്നു.”

“അറയ്ക്കലിനെപ്പറ്റി പിന്നെയൊന്നും പറഞ്ഞില്ലല്ലോ” രശ്മി.

“അറയ്ക്കൽ അഭിമുഖത്തിൽ എടുത്തുപറഞ്ഞ ഒരു കാര്യ മുണ്ട്. അതിതാണ്, ‘പ്രോലിറ്റേറിയൻ പാത്ത് തൊഴിലാളി വർഗ ത്തിന്റെ പാത.’

പ്രസ്തുത ക്ലാസാണ് എന്റെ രാഷ്ട്രീയ അടിത്തറയ്ക്ക് രൂപം കൊടുത്തത്. ആവേശകരമായിരുന്നു പ്രസ്തുത ക്ലാസ്. സ്വാത ന്ത്ര്യസമരത്തിൽ ഒഴിവു സമയത്ത് പ്രവർത്തിക്കുക എന്നതാണ് കോൺഗ്രസിന്റെ ശൈലി. ജനപങ്കാളിത്തം പൂർണമായും ഒഴി വാക്കുക.

എന്നാൽ പ്രോലിറ്റേറിയൻ പാത്ത് എന്ന ക്ലാസിൽ ലഭിച്ചത് ജനസാമാന്യത്തെ ആകെ അണിനിരത്തുക എന്നതാണ്; അറയ് ക്കൽ അഭിമുഖത്തിൽ അക്കാര്യം ആവർത്തിച്ചുകൊണ്ടേയിരു ന്നു.

1946 ൽ പ്രകാശം മന്ത്രിസഭ മദിരാശിയിൽ അധികാരത്തിൽ വന്നു. രാഷ്ട്രീയത്തടവുകാരെ വിടുന്നതിന് ഉത്തരവിറക്കി. എന്നാൽ മൊറാഴകേസിലെ പ്രതികളെ അതിൽ ഉൾപ്പെടുത്തി യില്ല. വീണ്ടും പ്രക്ഷോഭത്തിന്റെ കൊടുങ്കാറ്റുയർന്നു.

പക്ഷേ, അപ്പീൽ വിധിവരെ നീണ്ടുനിന്നു. 7 മാസക്കാലം പിന്നെയും റിമാന്റിൽ കിടന്നു.”

ഖൗലത്ത്: “കെ പി ആർ ഒരു അസാധാരണ മനുഷ്യനാണ്. നാടിനുവേണ്ടി തൂക്കുമരത്തിൽ ഏറുക എന്നതാണ് എന്റെ ജീവി താഭിലാഷം. അത് അഭിമാനകരമാണ്, എന്നും അദ്ദേഹം പറയു മായിരുന്നു.”

“കെ പി ആർ ജയിലിലെത്തിയാൽ തടവുപുള്ളികൾ വിളിച്ചു പറയുമായിരുന്നുപോലും, ‘കോൺഗ്രസ് അണ്ണൻ എത്തി ഇനി ആരെയും അടിക്കുകയില്ല.’

കെ പി ആർക്ക് എതിരായി സാക്ഷിപറയാൻ രണ്ടുപേരാണ് കോടതിയിൽ എത്തിയത്, അതും പൊലീസിന്റെ ഭീഷണിക്കുവ

ഴങ്ങി. അവർക്ക് സംഭവസ്ഥലംപോലും അറിയുമായിരുന്നില്ല. നാതിയൻ രാമൻ, മോട്ടോൻ അബുറഹിമാൻ.

അവരുടെ മൊഴിയെന്തായിരുന്നെന്നോ, കെ പി ആറും വള ണ്ടിയർ ക്യാപ്റ്റൻ അറാക്കലുംകൂടി എസ് ഐയുടെ കൈയും കാലും പിടിച്ചു മറ്റൊരു പറമ്പിൽ കൊണ്ടുപോയിട്ടു. വലിയൊരു കല്ലെടുത്തിട്ടു. ഇതു നിന്റെ അവസാനമാണെന്നു പറയുകയും ചെയ്തു.

കേസ് ചാർജ് ചെയ്ത ഗോപാലമേനോനാണ് കള്ളസാക്ഷി കളെ ഒരുക്കിയത്. മർദനത്തിൽ മുൻപന്തിയിലുണ്ടായിരുന്നതും ഇദ്ദേഹം തന്നെ.

കുന്നത്തു പുതിയവീട്ടിൽ രാമപുരത്ത് ഗോപാലൻ എന്ന കെ പി ആർ ഗോപാലൻ 1909 ൽ കല്യാശ്ശേരിയിൽ ജനിച്ചു. അച്ഛൻ: ഏറമ്പാല രയരപ്പൻ നായനാർ. അമ്മ: കുന്നത്ത് പുതിയവീട്ടിൽ പാട്ടിയമ്മ. വിദ്യാഭ്യാസകാലത്തുതന്നെ രാഷ്ട്രീ യത്തിലിറങ്ങി. കോൺഗ്രസിലും കോൺഗ്രസ് സോഷ്യലിസ്റ്റ് പാർട്ടിയിലും കമ്യൂണിസ്റ്റു പാർട്ടിയിലും പ്രവർത്തിച്ചു. കർഷക സംഘം രൂപീകരണത്തിൽ നിർണായക പങ്കുവഹിച്ചു. തൊഴി ലാളികളെ സംഘടിപ്പിക്കാൻ വേണ്ടിയും പ്രവർത്തിച്ചു. എ കെ ജി യുടെ നേതൃത്വത്തിൽ നടന്ന പട്ടിണിജാഥയിൽ അംഗമായി രുന്നു. ഒളിവിൽ പോയ കെ പി ആറിനെ പിടിച്ചുകൊടുക്കുന്ന വർക്ക് 500 രൂപ ഇനാം പ്രഖ്യാപിച്ചിരുന്നു.

കെ പി ആർ പറഞ്ഞത് ഒന്നുകൂടി ആവർത്തിക്കുന്നു:

'ദേശീയ പ്രസ്ഥാനത്തിൽ ബഹുജന വിപ്ലവ പ്രസ്ഥാന ത്തിന്റെ മുൻകൈ' മൊറാഴയിൽ ഉണ്ടായി. നഷ്ടപ്പെടാൻ ഒന്നു മില്ലാത്ത സാധാരണ ജനങ്ങളാണ് മൊറാഴയിൽ മുന്നേറിയത്. എല്ലാ വിഭാഗം രാഷ്ട്രീയ പ്രവർത്തകരും മൊറാഴ സംഭവത്തിൽ ആവേശംകൊണ്ടു. പുതിയൊരു പാത തുറന്നുകിട്ടിയതുപോലെ!"

9 789383 155187